ஹோமியோபதி

ஓர் எளிய-இனிய மருத்துவம்

ஹோமியோபதி

ஓர் எளிய-இனிய மருத்துவம்

டாக்டர். ஆர். விஜய் ஆனந்த்

நலம்

ஹோமியோபதி: ஓர் எளிய-இனிய மருத்துவம்
Homeopathy: Orr Eliya-Iniya Maruthuvam
by *Dr. R. Vijay Anand* ©

First Edition: March 2011
160 Pages

ISBN: 978-81-8493-606-3
Title No. Nalam 090

Nalam
177/103, First Floor,
Ambal's Building, Lloyds Road,
Royapettah, Chennai 600 014.
Ph: +91-44-4200-9601
Email : support@nhm.in
Website : www.nhm.in

Website: www.vijayhomoeoclinic.com
Author's Email: vijayhomoeoclinic@gmail.com
drvjy@sify.com

Cover Image : Shutterstock

Printed in India by Repro India Ltd., Navi Mumbai

Nalam is an imprint of New Horizon Media Private Limited

அன்புடன்

தந்தை பொன். ராசமாணிக்கம்,
தாய் லலிதா ராசமாணிக்கம்,
மனைவி கலைவாணி விஜய் ஆனந்த்
ஆகியோருக்கு.

உள்ளே

முன்னுரை

ஹோமியோபதி மருத்துவம் என்பது நெடுங்காலமாக வழக்கத்தில் உள்ள ஓர் சிகிச்சை முறையாகும். நோய்களால் கடுமையாகப் பாதிக்கப்பட்ட உடல் தன்னைத்தானே குணமாக்கிக்கொள்வதற்கு ஹோமியோபதி மருந்துகள் உதவி செய்கின்றன.

ஹோமியோபதி மருத்துவத்தின் அடிப்படைக் கோட்பாடு என்னவென்றால், 'எந்த ஒரு பொருள் நலமாக உள்ள மனித உடலில் எவ்வகையான நோய் அறிகுறிகளை ஏற்படுத்துகிறதோ, அதே அறிகுறிகள் மற்றும் நோய் உள்ள இன்னொரு மனிதனிடம் காணப்படும்போது, அதே பொருளை மருந்தாக உபயோகிப்பதுதான்'. முள்ளை முள்ளால் எடுப்பதுபோல் என்று சொல்வார்களே, அதே முறைதான்.

ஹோமியோபதியில் உபயோகப்படுத்தப்படும் மருந்துகள், தாவரங்கள், கனிமங்கள் மற்றும் விலங்குகளிடம் இருந்து பிரித்து எடுக்கப்படும் பொருள்கள், பிரத்யேகமான முறையில் வீரியப்படுத்தப்பட்டு, எந்தவித பக்கவிளைவுகளையும் ஏற்படுத்தாத கலப்பு வகையில் தயாரிக்கப்பட்டு மருந்துகளாகப் பயன்படுத்தப்படுகின்றன.

ஹோமியோபதி மருந்துகளை, சில வரம்புகளுக்கு உட்பட்டு, அனைத்துவிதமான நோய்களுக்கும் பயன்படுத்தலாம். அறுவை சிகிச்சை தேவைப்படும் அத்தியாவசிய நிலையில் அதைத் தவிர்க்க முடியாது. உடல் பாதிப்புகள் எந்த அளவுக்கு நிகழ்ந்துள்ளன என்பதைப் பொறுத்து, ஹோமியோபதி மருத்துவச் சிகிச்சையின் பலன்கள் சொற்பமாகவோ அல்லது பிரமிப்பூட்டும் வகையிலோ அமையக்கூடும்.

ஹோமியோபதி மருத்துவத்தின் மூலம், ஆஸ்துமா, அலர்ஜி, தும்மல், சைனஸ், மைக்ரேன், முடி உதிர்தல், ஆணிக்கால்,

மரு, பொடுகு, கர்ப்பப்பை கட்டிகள், புராஸ்ட்ரேட் கட்டிகள், கண் இமைக் கட்டிகள், சிறுநீரகக் கற்கள், பித்தப்பை கற்கள், நீண்டநாள் கை கால் வலி, கழுத்து வலி, முதுகு வலி, அல்சர், வெண்குஷ்டம், சோரியாசிஸ், மூலம், ஆசனவாய் எரிச்சல், முகப்பரு, ஆண்மைக்குறைவு, வெரிகோஸ் வெயின், கணுக்கால் வலி, PCOD, GOUT, GERD, டான்சில்ஸ், மலச்சிக்கல், நாள்பட்ட தோல் வியாதிகள், தூக்கமின்மை, மன நோய்கள் போன்ற எத்தனையோவிதமான நோய்கள் குணமாகின்றன.

ஹோமியோபதி மருத்துவத்தில், நாள்பட்ட நோய்களுக்கு முழுமையான நிவாரணம் கிடைக்கிறது. மருந்துகளால் எந்தவிதப் பக்க விளைவுகளும் ஏற்படாது. மருந்துகள் விலையும் மிகவும் குறைவுதான். மேலும், மருந்து உட்கொள்ளும் முறை மிகவும் எளிது என, பல சிறப்புத் தன்மைகள் ஹோமியோபதி மருத்துவத்துக்கு உண்டு.

இந்தப் புத்தகத்தில், மக்களுக்கு மிக அதிக அளவில் அடிக்கடி ஏற்படும் உடல் மற்றும் மன ரீதியான பாதிப்புகள், அவற்றின் அறிகுறிகள், தற்காப்பு மற்றும் பரிசோதனை நடவடிக்கைகள் மற்றும் அவற்றுக்கான ஹோமியோபதி மருந்துகளைப் பற்றி விரிவாகவும் தெளிவாகவும் சொல்லியிருக்கிறேன். படித்துப் பயன்பெறுங்கள்.

இந்தப் புத்தகத்தைப் படித்ததன் மூலம், ஹோமியோபதி மருத்துவத்தைப் பற்றிய புரிதல் உங்களுக்கு ஏற்படும் என்றாலும், உங்களுக்கு ஒரு பிரச்னை என்றால், தகுதியும் அனுபவமும் உள்ள தேர்ந்த ஹோமியோபதி மருத்துவரைப் போய்ப் பார்த்து சிகிச்சை பெறுவதுதான் நல்லது. எக்காரணம் கொண்டும், கடைக்குச் சென்று நீங்களாகவே மருந்து வாங்கிச் சாப்பிடாதீர்கள்.

அன்புடன்,

டாக்டர். ஆர். விஜய் ஆனந்த்,
உதவிப் பேராசிரியர்,
ஸ்ரீசாய்ராம் ஹோமியோபதி
மருத்துவக் கல்லூரி.
பாடத்திட்டக் குழு உறுப்பினர்,
தமிழ்நாடு டாக்டர் எம்.ஜி.ஆர்.
மருத்துவப் பல்கலைக் கழகம்.

மூட்டு வலி - ARTHRITIS

1

மூட்டுகளில் வீக்கம், வலி, இறுக்கம் இருந்தால் அதை 'ஆர்த்ரைடிஸ்' என்று சொல்வார்கள்.

ஆண், பெண் இருபாலருக்கும் எந்த வயதிலும் மூட்டு வலி வரும். ஆர்த்ரைடிஸில் சுமார் நூறு வகைகள் உள்ளன. இதன் பாதிப்பு, இந்தியர் களுக்கு அதிகமாக இருக்கிறது. இது நோய் அல்ல என்றாலும், மனிதனின் தினசரி செயல்பாட்டை முடக்கிவிடும் அபாயம் உள்ளது.

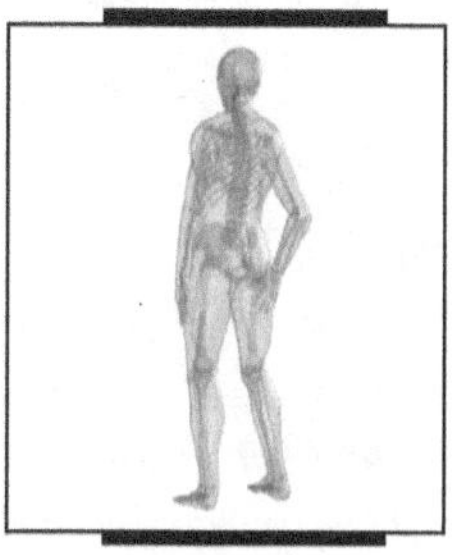

ஆர்த்ரைடிஸ் வரக் காரணங்கள்

- பாக்டீரியா
- பூஞ்சாணத் தாக்குதல்
- தொற்று நோய்
- எதிர்ப்பு சக்தி குறைவு
- சிலவகை வாதம், கீல்வாதம், குறுத் தெலும்பு தேய்மானம்
- அதிக உடல் பருமன்
- மூட்டுகளுக்கு அதிக வேலைப்பளு
- மூட்டுகளுக்குப் பாதிப்பு ஏற்பட்ட போது முறையான சிகிச்சை அளிக் காதது

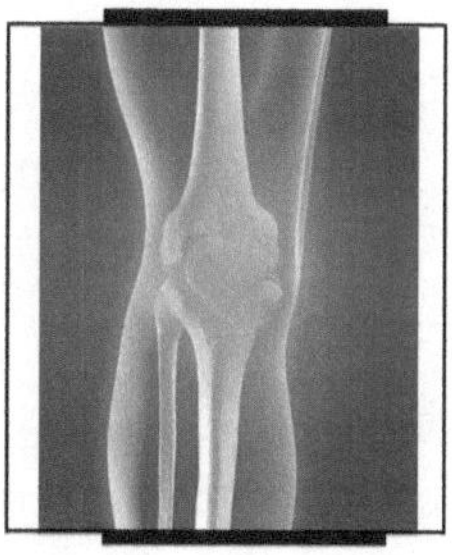

ஆர்த்ரைடிஸ் இருப்பதற்கான அறிகுறிகள்

- அசையும் மூட்டுகளில் வலி
- வீக்கம் மற்றும் மூட்டுகள் சிவந்து காணப்படுதல்
- மூட்டுப் பகுதியில் சூடாக இருத்தல்
- மூட்டுகளில் இறுக்கம் மற்றும் வலி
- மூட்டுகளை அசைப்பதில், நீட்டி மடக்குவதில் சிரமம்
- காரணம் புரியாத உடல் எடை இழப்பு
- அடிக்கடி காய்ச்சல்
- நடக்கும்போது மூட்டுகளில் வலி

பரிசோதனை

மூட்டுகளில் உள்ள பசை, திரவம், தசையின் தன்மை ஆகியவை பரிசோதிக்கப்படுகிறது. பெரும்பாலும், எக்ஸ்-ரே தேவைப்படாது.

ஹோமியோபதி சிகிச்சை

ஆர்த்ரைடிஸில் பலவகை உள்ளதால், அதன் வகை, தன்மை, மற்றும் காரணம், பாதிப்பின் தீவிரம், உடலில் எந்தெந்த மூட்டுப்பகுதி பாதிக்கப்பட்டுள்ளது, அதன் பாதிப்பு எவ்வளவு, நோயாளியின் வயது, தொழில், தினசரி செயல் பாடுகள், குடும்பத்தினருக்கு பரம்பரையாக இந்தப் பாதிப்பு உள்ளதா போன்ற விவரங்களை அனுசரித்து சிகிச்சைகளும் ஆலோசனைகளும் தீர்மானிக்கப்படுகின்றன.

அறிகுறிகளை வைத்து மட்டுமல்லாமல், மூட்டு வலி ஏற்பட்ட காரணத்தை இலக்காகக் கொண்டே ஹோமியோபதியில் சிகிச்சை தொடங்கப்படுகிறது. முதலில், நோய் ஏற்பட்ட காரணத்தை அகற்ற மருந்து கொடுக்கப்படுகிறது. அது பலன் குறைந்தால், மூட்டு வலிகளைக் குறைக்கவும், மேலும் பாதிப்பு ஏற்படாமல் இருக்கவும் முன் எச்சரிக்கை மருந்துகள் வழங்கப்படுகின்றன.

சிலருக்கு, எளிய மருந்துகளுடன் தினசரி பணி அலுவல் களுக்கு ஏற்ப உணவு முறைகளில் மாற்றம், போதுமான

ஓய்வு, உடற்பயிற்சி பெற்றாலே ஆர்த்ரைடிஸை குணப்படுத் தலாம். சிலருக்கு, பல ஹோமியோபதி மருந்துகளை உள்ளடக்கிய விரிவான மருத்துவச் சிகிச்சை தேவைப்படும். மற்ற மருத்துவ முறைகளில், ஸ்டீராய்டு மற்றும் அறுவை சிகிச்சை பரிந்துரைக்கப்படுகிறது.

ஆர்த்ரைடிஸை குணப்படுத்த Nux vomica, Graphitis, Ratania போன்ற ஹோமியோபதி மருந்துகளைப் பயன்படு கின்றன. தகுதியான ஹோமியோபதி மருத்துவரை அணுகி, ஆர்த்ரைடிஸ்தான் என்பதை ஆரம்ப நிலையிலேயே அறிந்து தகுந்த சிகிச்சை பெற்றால், விரைவில் குணம் கிடைக்கும்.

2

ஆஸ்துமா

ASTHMA

ஆஸ்துமா என்பது மூச்சுக்குழாய்கள் மற்றும் நுரையீரல் சம்பந்தப்பட்ட ஒரு பிரச்னை. மென்மையான நமது நுரையீரலில் உள்ள காற்றுக் குழாய்கள் மற்றும் காற்றுப் பைகளின் தசைகள் இறுகி விறைத்துக்கொள்வதால், சுவாசத்தின் போது நுரையீரலுக்குள் காற்று உள் செல்வதிலும் வெளியேறுவதிலும் சிரமம் ஏற்படுகிறது.

ஆஸ்துமா இருப்பதற்கான அறிகுறிகள்

- இளைப்பு, மூச்சிரைப்பு மற்றும் மூச்சுத் திணறல்
- தூங்கவோ படுக்கவோ முடியாத நிலை
- மூச்சு விடுவதில் சிரமம் (வீசிங்)
- பிசுபிசுப்பான சளியும் அதிகரித்தல்
- உடலில் அதிகம் வியர்த்தல்
- நாக்கு வறட்சி
- தொண்டை உலர்ந்து இருமல், தும்மல் மற்றும் சளி
- தொடர் காய்ச்சல்

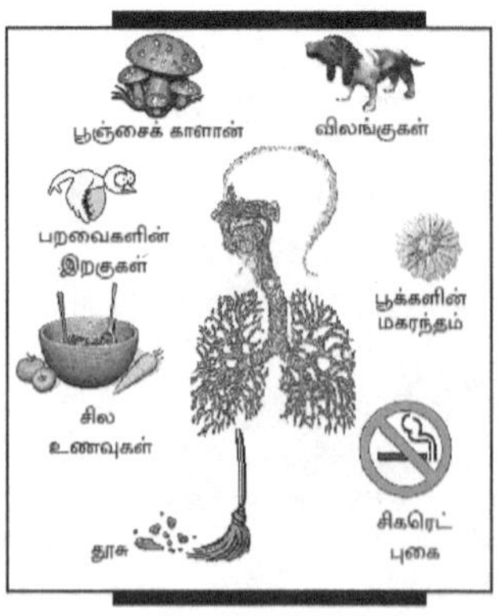

ஆஸ்துமா வரக் காரணங்கள்

- முன் கோபம், படபடப்பு
- புழுதி படர்ந்த இடங்களில் வேலை செய்தல்

- முறையற்ற உடற்பயிற்சி
- ஈரக் காற்று மற்றும் துர்நாற்றத்துடன் கூடிய கடல்காற்று
- உடலுக்கு ஒவ்வாத செயற்கையான குளிர்ந்த தண்ணீர்
- பீடி, சிகரெட்டில் இருந்து வரும் புகை
- சில வாசனை மலர்களின் மகரந்தப் பொடி
- மனஅழுத்தம் மற்றும் மன உளைச்சல்
- அடிக்கடி உணர்ச்சிவசப்படுதல் மற்றும் அஜீரணம்
- பால், முட்டை, மீன், கோழி மற்றும் தரமற்ற உணவுப் பொருள்கள் அல்லது மருந்துகள்

போன்றவற்றால் ஆஸ்துமா பாதிப்பு ஏற்படலாம். பெரியவர் களில் 20 பேரில் ஒருவருக்கும், குழந்தைகளில் 10 பேரில் ஒருவருக்கும் ஆஸ்துமா பாதிப்பு உள்ளது. ஆஸ்துமாவால் குழந்தைகளே அதிகம் பாதிக்கப்படுகின்றனர்.

ஆஸ்துமா பாதிப்பில் இருந்து விடுபட, விறைப்பு நிலையில் உள்ள மூச்சுக் குழாய், காற்றுப் பாதைகளை இலகுவாக்கி, சளியைத் திரட்டி வெளியேற்றும் மருந்துகளை எடுத்துக் கொள்ள வேண்டும்.

முக்கியமாகக் கவனிக்க வேண்டியது

- இயற்கையான நிலையில் மூச்சு விடுவதில் அதிகப்படி யான சிரமம்
- உதடுகள், முகம் நீலநிறமாதல்
- அதிக நாடித்துடிப்பு மற்றும் வியர்த்தல்
- இருமும்போது ரத்தம் கலந்த சளி வெளிப்படுதல்
- நெஞ்சு வலி மற்றும் நெஞ்சு இறுக்கம்
- சிறிது நேரத்துக்கு மூச்சடைத்தல் மற்றும் தாறுமாறான சுவாசம்

போன்ற அறிகுறிகள் இருந்தால், உடனடி மருத்துவச் சிகிச்சை எடுத்துக்கொள்ள வேண்டும். செயற்கையான

முறையில் ஆக்ஸிஜன் தரவேண்டிய அவசியம்கூட ஏற்படலாம்.

ஆஸ்துமாவைப் பொறுத்தவரை, ஹோமியோபதி மருந்துகள் நல்ல பலனைத் தருகின்றன. சளியைக் கரைப்பதுடன், நோய் எதிர்ப்புச் சக்தியைக் கொடுத்து, நுரையீரலை வலுப்படுத்துகின்றன.

ஆஸ்துமா நோயாளியின் உணவுப் பழக்க வழக்கம், மன நிலை, செய்யும் தொழில், குடும்பத்தில் பரம்பரையாக ஆஸ்துமா உள்ளதா போன்ற விவரங்களைக் கேட்டறிந்து, தகுந்த மருந்துகள் கொடுக்கப்பட்டால், ஆஸ்துமாவைக் கட்டுப்படுத்துவதுடன் முழுமையாகவும் குணப்படுத்திவிட முடியும்.

இந்த நோயைக் குணப்படுத்த Ars alb, Ipecac, Blatta orientalis, Kali carb, Spongia, Aspidosperma, Nat sulph, Mag phos போன்ற ஹோமியோபதி மருந்துகளைப் பயன்படுத்தலாம்.

3

அலர்ஜி (ஒவ்வாமை)

ALLERGIC RHINITIS

ஒருவருக்கு பல்வேறு காரணங்களால் அலர்ஜி (ஒவ்வாமை) ஏற்படலாம். எப்போது ஏற்படும் என்று சொல்ல முடியாது. அதன் பாதிப்பு, ஒவ்வொருவருக்கும் மாறுபடும். இடத்துக்கு இடம்கூட மாறுபடும்.

அலர்ஜிக்கு முக்கியமான காரணம்

- காற்றில் கலந்துள்ள மகரந்தப் பொடி
- தூசி மற்றும் புழுதி
- சிலவகை அடர்த்தியான வாசனைகள்
- சுகாதாரமற்ற சுற்றுச் சூழல்
- சிலவகை அவசரத் தயாரிப்பு உணவுகள் (ஃபாஸ்ட் ஃபுட்)
- திரிந்த அல்லது கெட்டுப் போன பால்
- மீன், முட்டை, கோழி, கருவாடு
- தக்காளி போன்ற சில வகைப் பழங்களை அதிகம் பயன்படுத்துதல்
- விலங்குகளின் ரோமங்கள்
- கடல்காற்று
- பனி, குளிர்ந்த நீர்

- அடிக்கடி உணர்ச்சிவசப்படுதல், கோபம், மன அழுத்தம்
- பரம்பரை மற்றும் பழக்க வழக்கங்கள்

போன்ற பல காரணங்களால் அலர்ஜி ஏற்படலாம். இவை சுவாசம் மற்றும் உணவு மூலம், நம் உடலுக்குள் செல்லும் போது, நம் உடலில் இருக்கும் இயற்கையான நோய் எதிர்ப்புச் சக்தி, அளவுக்கு அதிகமாக தன்னுடைய 'எதிர்ப்பைக்' காட்டுகிறது. அதன் விளைவுதான் ஒவ்வாமை அல்லது அலர்ஜி.

அலர்ஜியால் ஏற்படும் பாதிப்புகளும் அறிகுறிகளும்

- உடல் முழுவதும் அரிப்பு
- தசைப் பிடிப்பு, வலி
- இருமல் மற்றும் சளி
- தலைவலி, தலைப் பளு
- லேசான தொடர் காய்ச்சல்
- முகம் வீக்கம், உடல் வலி
- தொண்டைக் கட்டு, எரிச்சல் மற்றும் வலி, தொண்டைக் கரகரப்பு
- மூக்கு ஒழுகுதல், தொடர் தும்மல், மூக்கடைப்பு
- மூச்சுத் திணறல்
- கண்களின் நீர் கட்டுதல்

போன்ற பாதிப்புகள் ஏற்படலாம்.

ஒருவருக்கு, ஒவ்வாமையை ஏற்படுத்தும் உணவுகள், சுற்றுச் சூழல்கள், செய்யும் பணி மற்றும் பருவகாலம் எவை என்பதை அறிந்து, சற்று முன்னெச்சரிக்கையாக இருந்தால் அலர்ஜியைத் தவிர்க்கலாம்.

ஒருவருக்கு, பருவகால மாறுபாடு மற்றும் உணவு முறையால் ஒவ்வாமை ஏற்படுகிறதா என்பதை நோயாளி சொல்லும் தகவல்களை வைத்துத் தெரிந்துகொள்ளலாம். மேலும், நோயாளியின் வயது, பொதுவான ஆரோக்கிய நிலை மற்றும்

ரத்தத்தில் ஈசினோஃபில் எண்ணிக்கை எவ்வளவு என்பதை வைத்தும், சரியான சிகிச்சை அளித்தால் நல்ல பலன் கிடைக்கும். அலர்ஜிக்கு ஹோமியோபதி மருத்துவத்தில் மிகச் சிறந்த மருந்துகள் உள்ளன. Ammonium carb, Nux vomica, Pothos, Lyssin, Allium cepa, Aurum Triphyllum, Lamina minor, Gels, Nat mur போன்ற மருந்துகளைப் பயன்படுத்தலாம்.

4

சைனஸ் (மண்டைப்பீனிசம்)

SINUSITIS

சிலருக்கு, காலையில் எழும்போதே தலைவலி அல்லது ஒற்றைத் தலைவலி, மூக்கடைப்பு, தும்மல், மூக்கு மற்றும் கண்கள் ஆகிய பகுதிகளில் வீக்கம் மற்றும் வலி இருக்கும். இதை சைனஸ் என்று சொல்வார்கள். ஆயிரத்தில் மூன்று பேருக்கு இத்தகைய பிரச்னை இருக்கும்.

ஒரு சிலருக்கு, இந்த சைனஸ் பாதிப்பு சில நாள் களுக்கோ, சில வாரங்களுக்கோ, ஏன் ஆண்டுக் கணக்காகக்கூட இருக்கலாம். PCOD என்று சொல்லப்படும் சினைப்பையில் நீர்க்கட்டிகள் பிரச்னை உள்ள பெண்களுக்கு, அடிக்கடி சைனஸ் தொந்தரவு ஏற்படக்கூடும்.

நமது முக எலும்பு அமைப்புகளில், மூக்கு மற்றும் கண்களையொட்டி நான்கு ஜோடி துளைகள் உள்ளன. அவற்றுக்கு 'சைனஸ்' என்று பெயர். சைனஸ் துளைகளில் காற்று நிரம்பியிருக்கும். வைரஸ், பாக்டீரியா மற்றும் அலர்ஜியை ஏற் படுத்தும் நுண்ணிய பொருள்களை உடலுக்குள் செல்லவிடாமல் தடுக்கும் மெல்லிய சளிப்படல மும் இருக்கும். இந்தச் சளிப் படலம், மூக்கு வழி யாக வெளியேற வேண்டும். ஆனால், பாக்டீரியா, வைரஸ் கிருமிகள் தொற்றும்போதும், ஜலதோஷத் தால் அழற்சி ஏற்படும்போதும், அந்த மெல்லிய சளிப்படலம் விரிவடைந்து அடைத்துக் கொள்ளும். இதனால், சைனஸ் துளைகளில் அடை பட்டு தங்கிவிடும் திரவத்தில், பாக்டீரியா,

வைரஸ் கிருமிகள் பெருகி தலைவலியையும், முக வீக்கத்தை யும் உண்டாக்குகின்றன. வைரஸ் கிருமிகளைவிட பாக்டீரியாவால் வரும் சைனஸ் பாதிப்பு மோசமானது.

அறிகுறிகளும், பாதிப்புகளும்

- காலையில் தலைவலி, உடல் வலி மற்றும் சோர்வு
- குனிந்தால் தலைவலி அதிகரித்தல்
- மூக்கடைப்பு, மூக்கு ஒழுகுதல்
- பகலிலும் இரவிலும் தொடர் இருமல், மூக்கில் ரத்தக் கசிவு
- கெட்டிச் சளி (மஞ்சள் நிறம் (அ) மஞ்சளும் பச்சையும் கலந்த நிறம்) வெளியேறுதல்
- தலை பளுவாக இருப்பது போன்ற உணர்வு
- தொண்டை வலி, வறட்சி, குரல் கரகரப்பு
- வெளியாகும் மூச்சுக் காற்றில் நாற்றம்
- முகம், கண்கள், நெற்றிப் பகுதியில் வீக்கம்
- தொடர் காய்ச்சல்

மேற்கண்ட அறிகுறிகள் உள்ளவரின் ரத்தத்தைப் பரிசோதித்தால், வெள்ளை அணுக்களின் எண்ணிக்கை அதிகரித்திருக்கும். சளியைச் சோதித்தால், பாக்டீரியா, வைரஸ் கிருமிகள் மற்றும் பூஞ்சைக் காளான்கள் இருக்கும். எக்ஸ்-ரேயில், மூக்கில் உள்ள சவ்வுப் படலம் வீங்கியிருப்பதும், சளி கெட்டியாக அடைபட்டிருப்பதும் தெரியும்.

அதிக நேரம் நீச்சல் அடிப்பது, தரமற்ற ஷாம்பு போட்டு தலை குளிப்பது, நோய் எதிர்ப்பு சக்தி குறைவாக இருப்பது போன்றவையும் சைனஸுக்கு முக்கியக் காரணங்கள்.

ஹோமியோபதியில், உடலுக்கு நோய் எதிர்ப்புச் சக்தியைத் தரும், சளியைக் கரைக்கும், பாக்டீரியா மற்றும் வைரஸ் கிருமிகளை அழிக்கும், மூக்கடைப்பை நீக்கும் மருந்துகள் மருந்துகள் உள்ளன. Bell, Kali Bich, Glonine, Prunus Spinosa, gels, Nat Mur, Mag phos போன்ற ஹோமியோபதி மருந்துகள் நல்ல பலனைத் தரக்கூடியவை.

5

சினைப்பையில் நீர்க்கட்டிகள்

POLY CYSTIC OVARIAN DISORDER

கருப்பையின் இருபுறமும், கருமுட்டைகள் உருவாகும் சினைப்பைகள் (கருவணுவகம்) உள்ளன. இரண்டு சினைப்பைகளிலும், எண்ணற்ற இளங்கருமுட்டைகள் இருக்கும். அவற்றில் இருந்து, மாதம் ஒரு முட்டை முதிர்ச்சி அடைந்து வெளியாகி கருவுறுதலுக்குத் தயாராகிறது. முதிர்ச்சி அடைந்த அந்தக் கருமுட்டையுடன் விந்தணு சேரும்போது கர்ப்பம் ஏற்படுகிறது. கருமுட்டையுடன் விந்தணு சேரவில்லையென்றால், மாதவிலக்கு ஏற்பட்டு, ரத்தப் போக்குடன் கருமுட்டையும் வெளியேறிவிடும்.

சினைப்பைகளில் உள்ள இளங்கருமுட்டைகள் முதிர்ச்சி அடைய முடியாமல், சிறுசிறு நீர்க்கட்டிகளாக உருவாகி பிறகு பெரிய நீர்க்கட்டிகளாகி மாறிவிடுகின்றன. அவை 4 செ.மீட்டருக்கு மேல் பெரிதாக இருக்குமானால், பல பிரச்னைகளைப் பெண்கள் சந்திக்கவேண்டி உள்ளது. இந்த நிலையைத்தான் PCOD என்று சொல்வார்கள்.

இந்தப் பிரச்னை, பூப்பெய்திய இளம்பெண்களுக்கும் பெரியவர்களுக்கும் ஏற்படக்கூடும். சினைப்பையில் இருந்து கருமுட்டையே முதிர்ச்சி அடைந்து வெளிவராததால், சுமார் 10-20 சதவீதப் பெண்களுக்கு மாதவிலக்குப் பிரச்னைகளும், குழந்தைப்பேறு அல்லது குழந்தையின்மைப் பிரச்னைகளும் உண்டாகின்றன.

அறிகுறிகள்

- இயற்கைக்கு மாறாக மாதவிலக்கு ஏற்படுதல்
- 2-3 மாதங்களுக்குக்கூட மாதவிலக்கு வராமல் இருத்தல்
- மிகக்குறைவான அல்லது அதிக ரத்தப்போக்கு
- உடல் எடை அதிகரித்தல்
- ரத்தத்தில் சர்க்கரை அளவு அதிகரித்தல்
- எண்ணெய்ப் பிசுக்கான சருமம்
- தலையில் பொடுகு அதிகரித்தல்
- மலட்டுத்தன்மை/தாய்மைப்பேறு பெறுவதில் சிக்கல்
- தோலின் நிறம் மாறுதல்
- கழுத்து, மார்பகப் பகுதியில் தோலின் நிறம் கருப்பாக மாறுதல்
- தோல் தடித்துப்போதல்
- முகம், வயிறு, மார்பகப் பகுதியில் முடி வளர்தல்
- தலையில் முடி உதிர்தல்
- முகத்தில் பருக்கள் உருவாதல்
- ரத்த அழுத்தம் அதிகரித்தல் அல்லது குறைதல்
- மார்பகங்களின் அளவு சிறிதாதல்

இத்தகைய பாதிப்புகளுக்கு, முக்கியக் காரணமாக இருப்பவை ஹார்மோன்கள்தான். பிட்யூட்டரி சுரப்பு நீர், பெண் ஹார்மோன் ஈஸ்ட்ரோஜன், புரொஜெஸ்ட்ரான், தைராய்டு போன்ற ஹார்மோன்கள் போதிய அளவு சுரக்காமல் போனாலும், பெண்களின் உடலில் சிறிதளவு உள்ள ஆண் ஹார்மோன் (ஆன்ட்ரோஜன்) அதிகமாகச் சுரந்தாலும், கருமுட்டை முதிர்ச்சி பெற முடியாமல் போகிறது.

சிக்கலான பிரச்னைகள்

- கருப்பை, சினைப்பை பகுதியில் புற்றுநோய்
- மார்பகப் புற்றுநோய்

- குழந்தையின்மை
- இதயநோய்

போன்றவை வரலாம்.

சரியான ஹார்மோன் பரிசோதனைக்குப் பிறகு, தேவையான சரியான அளவில் மருந்துகள் கொடுத்தால் பிரச்னைகளைச் சரிசெய்யலாம். சினைப்பை நீர்க்கட்டிகளை அகற்ற எளிய அறுவை சிகிச்சை செய்துகொள்ளலாம். அல்ட்ரா சவுண்ட் உதவியுடன், பெண் உறுப்பு வழியாக நீண்ட ஊசியைச் செலுத்தி, நீர்க்கட்டிகளில் உள்ள திரவத்தை உறிஞ்சி எடுக்கக் கூடிய புதிய சிகிச்சை முறை தற்போது நடைமுறையில் உள்ளது.

சினைப்பையில் நீர்க்கட்டிகள் உள்ள இந்தப் பிரச்னையை Apis, Platina, Calc carb, Iodum, Graph, Lachesis போன்ற ஹோமியோபதி மருந்துகள் மூலம் குணப்படுத்தலாம்.

6

முடி உதிர்தல் (ஆண்கள்)

HAIR FALLING (MEN)

ஹார்மோன்கள் மற்றும் மரபணு ரீதியான காரணங்களால், ஆண்களுக்குத் தலையில் முடி உதிரும் நிலை ஏற்படுகிறது.

பொதுவாக, ஆண்களுக்குத் தலையில் மாதத்துக்கு அரை அங்குலம் வீதம் முடி வளர்கிறது. ஒவ்வொரு முடியும் 5 முதல் 6 ஆண்டுகளுக்குத் தொடர்ந்து வளரும். அதன்பிறகு, வளர்வது நின்று, சில நாள்களில் விழுந்துவிடும். அந்த இடத்தில் புதிய முடி வளரத் தொடங்கும். ஆக, தலையில் ஒரு சமயத்தில், 80 சதவீத முடிகள் வளர்ந்துகொண்டும், 20 சதவீத முடிகள் வளராமல் உதிரும் நிலையிலும் இருக்கும்.

முடி வளரும் பகுதியில் ஏற்படும் அழுத்தத்தால், முடி வளர்வது குறைந்து, தலையில் குறைவான முடியே இருக்கும். இதன் முடிவில், முடியே இல்லாமல் வழுக்கைத் தலை நிலை ஏற்படும். முடி வளராமல் போவதற்கான சரியான காரணம் இதுவரை கண்டறியப்படவில்லை. எனினும், டெஸ்டோஸ்டீரான் ஹார்மோன் மற்றும் மரபணுக்களும் முக்கியக் காரணங்களாக உள்ளது கண்டுபிடிக்கப்பட்டுள்ளது.

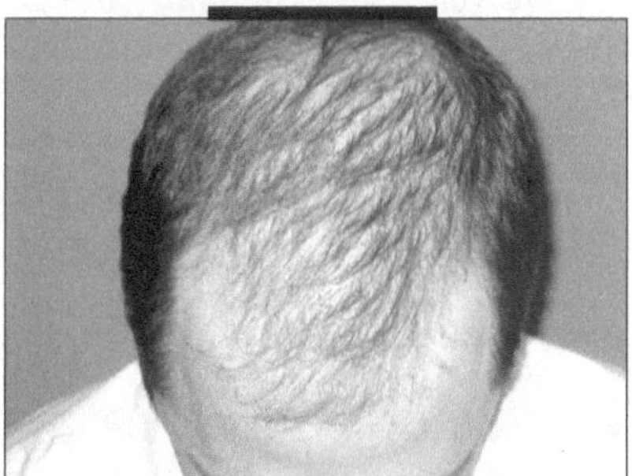

அதேநேரத்தில், முடி வளரும் பகுதி பாதிப்பு அடையாமல் இருப்பதால், மீண்டும் புதிதாக முடி வளர்வதற்கு வாய்ப்புகள் உள்ளன.

ஆண்களுக்கான வழுக்கைத் தன்மை, தலையின் முன் பகுதியில் தொடங்கும். இது படிப்படியாக அதிகரித்து, ஆங்கில எழுத்தான எம் (M) வடிவில் வழுக்குத் தன்மை ஏற்படும். மீதமுள்ள முடிகள் சிறப்பாக இருக்கும். ஆனால், நீண்ட நாள்களுக்கு அதன் வளர்ச்சி இருக்காது. வளரும் முடிகளும் தடிமனாக மாறத் தொடங்கும். முடி உதிர்தல் என்பது பகுதி பகுதியாக நடைபெறும்.

அறிகுறிகள்

- அதிக அளவில் முடி உதிர்ந்து, அடர்த்தி குறைதல்
- தலையின் முன்பகுதியில் முடி குறைந்து, குறிப்பிட்ட காலத்தில் பின்புறம் நோக்கி வழுக்கை ஏற்படுதல்
- முடி தடித்துப்போதல்
- தலையின் முன்பகுதியில் உள்ள முடிகள் விழத் தொடங்கி, அது ஆங்கில எழுத்தான எம் வடிவத்தில் தலையில் வழுக்கை ஏற்படுதல்

பரிசோதனைகள்

- தலைப் பகுதியின் தோற்றம் மற்றும் முடிவிழும் தன்மை ஆகியவற்றைக் கணக்கில் கொண்டு, ஆண்களுக்கான வழுக்கைத் தன்மையைக் கண்டறிய முடியும்.
- உடலில் ஏற்படும் மற்ற நோய்களால்கூட, முடி அதிக அளவில் விழ வாய்ப்புள்ளது.
- முடி விழுவதற்கான காரணத்தைக் கண்டறிய, தோல் திசுக்களை ஆய்வுசெய்தல் அல்லது வேறு பல வழிமுறை களைப் பின்பற்ற வேண்டும். முடியை மட்டும் ஆய்வு செய்தால் மட்டும் போதாது.

சிகிச்சைகள்

- ஆண்களுக்கு முடி விழுந்து வழுக்கை ஏற்படுவது நிரந்தரமானது. வழுக்கையுடன் பார்ப்பதற்கு ஆண்கள்

அழகான தோற்றத்தில் இருந்தால், சிகிச்சை எதுவும் தேவையில்லை.

- முடி தொடர்ந்து வளரும் பகுதியில் இருந்து முடியின் வேர்ப் பகுதிகளை எடுத்து வழுக்கை உள்ள பகுதியில் வைத்து அறுவை சிகிச்சை மேற்கொள்ளலாம்.
- வேர்ப் பகுதிகளை எடுக்கும் இடங்களில், லேசான எரிச்சல் ஏற்படும். தோல் நோய்கள் ஏற்படுவதற்கான வாய்ப்புகளும் குறைவான அளவில் உள்ளன.
- இந்த சிகிச்சையை, பல முறை மேற்கொள்ள வேண்டும். இதனால், செலவு அதிகம் பிடிக்கும்.
- வழுக்கை உள்ள பகுதிகளில் முடிகளை வைத்து 'தைப்பது' சரியல்ல. இதனால், அரிப்பு, கிருமித் தொற்று, தலைப் பகுதி அல்லது மூளையில் கட்டிகள் உருவாகும்.
- முடிகளை கட்டுதல், தலை வாறும் விதத்தை மாற்றுதல் போன்றவற்றால், முடி இழப்பை மறைக்க முடியும். இது குறைவான செலவு பிடிப்பதுடன், ஆண்களுக்கான வழுக்கைத் தன்மைக்குப் பாதுகாப்பான சிகிச்சையும்கூட.

ஹோமியோபதி சிகிச்சைகளை மேற்கொள்வதன் மூலம், 20 முதல் 40 சதவீதம் வரை முடியை வளரச் செய்ய முடியும். முடி விழுவதை 90 சதவீதம் வரை குறைக்கவும் முடியும்.

தலை முடி உதிர்தல் பாதிப்பைக் குணப்படுத்த Flur, Acid Phos, Vinaca min, Graph, Nat mur, Phos போன்ற ஹோமியோபதி மருந்துகளைப் பயன்படுத்தலாம்.

7

முடி உதிர்தல் (பெண்கள்)

HAIR FALLING (WOMEN)

ஹார்மோன்கள், முதுமை அடைதல் மற்றும் மரபணுக் காரணங்களால், பெண்களுக்கு முடி உதிர்கிறது.

முடி உதிர்ந்த இடத்தில் புதிய முடி முளைக்காத போது வழுக்கை ஏற்படுகிறது. புதிய முடி முளைக்காததற்கான சரியான காரணம் கண்டறியப்படவில்லை. எனினும், மரபணுக் காரணங்கள், முதிய வயதை அடைதல், என்டோக்ரைன் ஹார்மோன்களின் அளவு அதிகரிப்பது ஆகிய காரணங்களால் முடி உதிரக்கூடும் என்று சொல்கிறார்கள்.

முடி உதிர்வதற்கான காரணங்கள்

- முடி உடைதல் (அழகுபடுத்துதல் சிகிச்சை, முடியைப் பிடுங்குதல் போன்ற காரணங்களால்)
- நோய் எதிர்ப்புச் சக்தி குறைதல்
- பயன்படுத்தும் சில மருந்துகளின் பக்க விளைவுகள்
- தோல் நோய்கள்

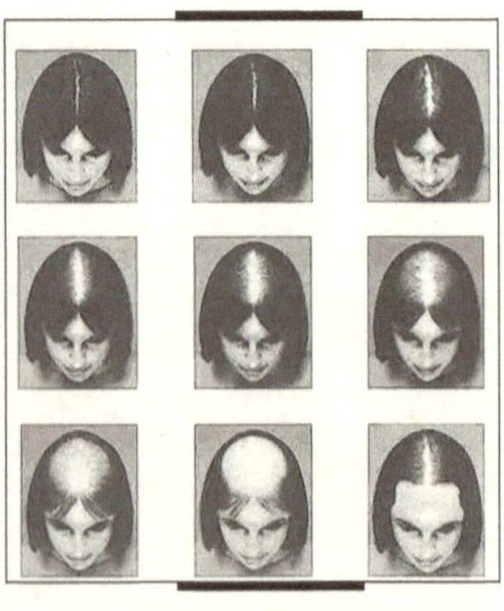

போன்ற காரணங்களால், பெண்களில் தலையிலிருந்து முடி உதிர்ந்து, வழுக்கை ஏற்படலாம்.

அறிகுறிகள்

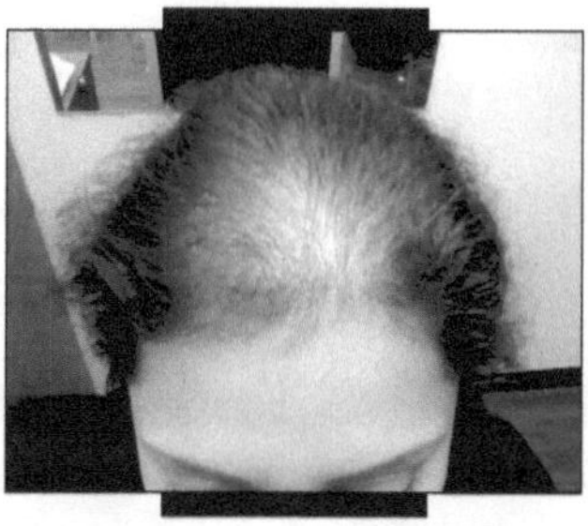

- தலைப் பகுதி முழுவதும் உள்ள முடிகள் தடிமனாக இருத்தல்
- உச்சிப் பகுதியில் லேசானது முதல் மிதமானது வரை முடி விழுதல்.

சிகிச்சை

- பெண்களுக்கு ஏற்படும் வழுக்கை நிரந்தரமானது.
- இதில் முடி இழப்பு என்பது லேசானது முதல் மிதமானது வரை இருக்கும். முடி விழுவதால் தங்களது தோற்றத் துக்குப் பாதிப்பில்லை என்றால் சிகிச்சையே தேவை யில்லை.
- முடி தொடர்ந்து வளரும் பகுதியில் இருந்து முடி வேர்ப் பகுதிகளை எடுத்து வழுக்கை உள்ள பகுதியில் வைத்து முடி மாற்றும் அறுவை சிகிச்சையை மேற்கொள்ளலாம்.

ஹோமியோபதி சிகிச்சை

முடி உதிர்தல் பிரச்னையைத் தீர்க்க Acid Flur, Acid Phos, Pix Liqudata, Puls, Ign, Sepia போன்ற ஹோமியோபதி மருந்துகளைப் பயன்படுத்தலாம்.

8

மலத் துவார வெடிப்பு

ANAL FISSURE

மலத் துவாரத்தில் ஏற்படும் லேசான வெடிப்புகள், மலம் கழிக்கும்போது வலியை ஏற்படுத்தும். மலம் கழிக்கும்போது ரத்தமும் வெளியேறும்.

மலத் துவார வெடிப்புகள், பொதுவாக இளம் சிசுக்களுக்கு ஏற்படும் ஒரு பாதிப்பாகும். ஒரு வயதுவரை உள்ள சுமார் 80 சதவீதக் குழந்தைகளுக்கு மலத் துவார வெடிப்பு இருக்கும் என்று ஆய்வுகள் தெரிவிக்கின்றன. குழந்தைகள் வளர வளர இந்தப் பாதிப்பு குறையும். பள்ளி செல்லும் வயதில் மலத் துவார வெடிப்பு ஏற்படுவதில்லை.

குழந்தைகளுக்கு, மலம் கழிக்கும் பகுதியில் அதிக அழுத்தம் கொடுத்துத் துடைப்பது, மலச்சிக்கல், மலம் மற்றும் சிறுநீர் கழிப்பதற்காக குழந்தைகளுக்குக் கட்டிவிடப்படும் துணி மூலம் ஏற்படும் எரிச்சல், உடலில் உருவாகும் ஊசிப் புழு ஆகியவற்றால் மலத் துவார வெடிப்பு ஏற்படுகிறது.

அறிகுறிகள்

- மலம் கழிக்கும்போது வலி ஏற்படுதல்
- மலத்தின் மேல் பகுதியில் ரத்தம் (மலத்துடன் சேர்ந்து இருக்காது)
- மலம் கழிப்பதற்காக, குழந்தைகளின் இடுப்பில் கட்டிவிடப்படும் துணியில் ரத்தம்
- மலச்சிக்கலால் மலம் கழிக்கும்போது வலி ஏற்படுதல்.

மலத்துவார வெடிப்புக்கான சிகிச்சைகள்

மலச்சிக்கலைச் சரி செய்வதற்கான மருந்துகளை உபயோகித்தல், பெட்ரோலியம் ஜெல்லியைப் பயன்படுத்துதல் போன்றவை நல்ல பலன் தரக்கூடியவை.

ஹோமியோபதி சிகிச்சை

இந்தப் பாதிப்பைக் குணப்படுத்த Nux Vom, Rat, Graph, Petroleum, Arnica போன்ற ஹோமியோபதி மருந்துகளைப் பயன்படுத்தலாம்.

9

கர்ப்பப்பை கட்டி

FIBROIDUTERUS

பெண்களுக்கு கர்ப்பப்பையைச் சுற்றியுள்ள பகுதியில் ஏற்படும் கட்டியை கர்ப்பப்பை கட்டி என்று சொல்வார்கள்.

கர்ப்பப்பையில் கட்டி உருவாவதற்கான காரணம் இதுவரை கண்டறியப்படவில்லை. பெண்மை இயக்க நீர் அல்லது ஈஸ்ட்ரோஜன் தெரபி அல்லது கர்ப்பம் அடையும்போது கட்டிகள் உருவாவதாகக் கூறப்படுகிறது. ஈஸ்ட்ரோஜன் ஊக்குவிப்பு மூலமாக இது வளர்கிறது.

20 வயதுக்கு உள்பட்ட பெண்களுக்குக் கர்ப்பப்பை கட்டி உருவாவது மிகவும் அரிது. இந்தக் கட்டி, உடலுடன் ஒட்டியே வளரும். இது, கர்ப்பப்பையின் அளவுக்கு வளர்ந்து, அதன் எடை சில கிலோ அளவுக்கு இருக்கும். கர்ப்பப்பையில் நிறைய கட்டிகள் ஏற்பட்டாலும், அதில் ஒன்று மட்டுமே பெரிதாக வளரும். இடுப்பகப் பகுதியில் ஏற்படும் புற்றுநோயில் முக்கியமானது கர்ப்பப்பை கட்டியாகும். இது, குழந்தையை பெற்றெடுக்கும் நிலையில் உள்ள 15 முதல் 20 சதவீத பெண்களுக்கு ஏற்படும். 30 வயதுக்கும் மேற்பட்ட பெண்களில் 30 முதல் 40 சதவீதத்தினருக்குக் கட்டி உருவாகும்.

அறிகுறிகள்

- வயிற்றின் அடிப்பகுதியில் ஏதோ நிறைந்திருப்பதுபோன்ற உணர்வு
- அடிவயிற்றில் அழுத்தம் அதிகமாக இருத்தல்
- வாயுத் தொல்லை இருக்கும்
- அடிக்கடி, அதிக அளவில் சிறுநீர் பிரியும்
- மாதவிலக்குச் சமயத்தில், சில சமயங்களில் ரத்தக்கட்டியாகவும் வெளியேறலாம்
- திடீரென கடுமையான வலி

குறிப்பு: அடிவயிற்றில் கடுமையான வலி இருந்தால், உடனடியாக மருத்துவமனையில் சேர்த்து அறுவை சிகிச்சை செய்ய வேண்டியது அவசியம். சில நேரங்களில் அறிகுறியே இல்லாமலும் போகலாம்.

சிகிச்சை முறை

கர்ப்பப்பை கட்டிக்கான சிகிச்சை முறையானது

- அறிகுறிகளின் தன்மை, வயது
- கர்ப்பக் கால நிலை
- எதிர்காலத்தில் கர்ப்பமடைய உள்ள விருப்பம்
- உடல் நலன் மற்றும் கர்ப்பப்பை கட்டியின் தன்மை
- கர்ப்பகால நிலை

ஆகியவற்றை அடிப்படையாகக் கொண்டு முடிவு செய்யப்படும்.

- பாதிப்பின் அளவை, கட்டியின் வளர்ச்சித் தன்மை மற்றும் இடுப்பகப் பகுதிகளை குறிப்பிட்ட காலத்துக்கு ஒருமுறை ஆராய்தல் மற்றும் அல்ட்ரா சவுண்ட் மூலம் கண்காணிக்கலாம்.
- மாதவிலக்கு முற்றுப்பெறாத பெண்களுக்கு இந்த சோதனையே போதுமானது. கர்ப்பப்பையை அகற்றும் ஹிஸ்டரெக்டமி, மற்றொரு சிகிச்சை முறையாகும்.

ஹோமியோபதி சிகிச்சை

இந்த நோயைக் குணப்படுத்த Cal carb, Fraxinus Americana, Puls, Lachesis, Sabina, Ign போன்ற ஹோமியோபதி மருந்துகளைப் பயன்படுத்தலாம்.

வளர்வடு (அ) தழும்பு

KELOID

10

தோல் பகுதியில் காயம்பட்ட இடத்தில் கூடுதலான திசுக்கள் வளர்வதை வளர்வடு அல்லது தழும்பு என்று சொல்வார்கள்.

காரணங்கள்

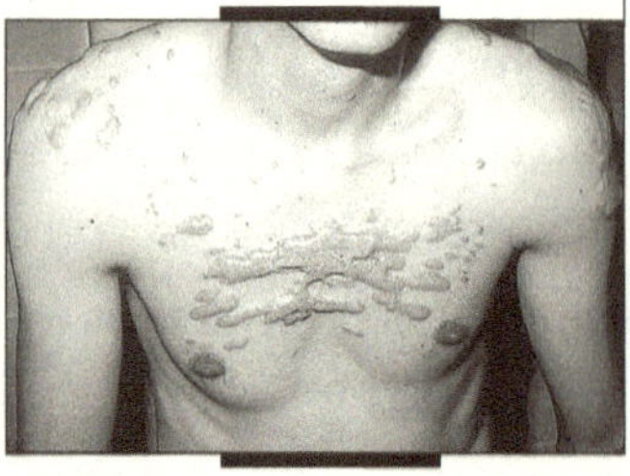

- விபத்தினால் ஏற்பட்ட காயங்கள்
- அறுவை சிகிச்சை செய்த பகுதிகள்
- தடுப்பூசி போட்ட இடங்கள்
- தீக்காயங்கள்
- சின்னம்மை மற்றும் முகப்பரு

போன்ற காரணங்களால் வளர்வடு (அ) தழும்பு ஏற்படலாம்.

அறிகுறிகள்

- தோல் உருக்குலைதல்/சிதைந்துபோதல்/சுருங்குதல்
- தசையின் நிறம், சிவப்பு அல்லது இளஞ்சிவப்பாக தெரிதல்
- வளர்வடு உருவாகும்போது எரிச்சல்

சிறிய கீறல்கள் ஏற்பட்ட பகுதிகளில்கூட வளர்வடு உருவாகும். பல்வேறு இடங்களில் அல்லது

தொடர்ந்து வளர்வடுக்கள் உருவானால், அதை கெலாய்டோசிஸ் என்று சொல் வார்கள்.

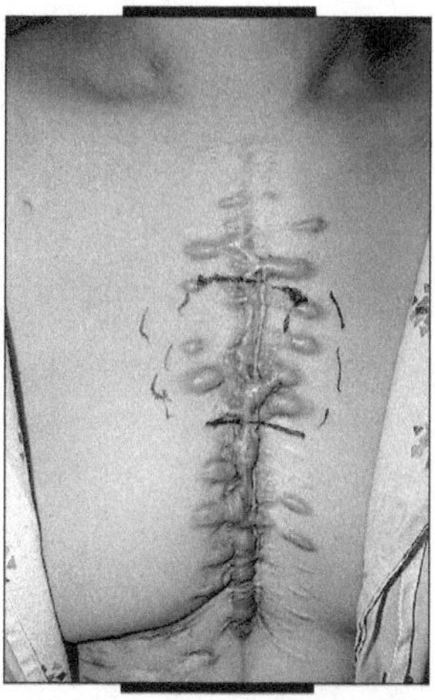

பெரும்பாலான வளர்வடுக்கள் தடிமனாக இருக்கும். சில ஆண்டு களுக்கு அது தெரியாது. துணி களால் அழுத்தப்படுவதாலோ மற்ற பொருள்களோடு உராய்ந் தாலோ அந்த இடங்களில் எரிச்சல் ஏற்படும்.

விரிவடைந்த வளர்வடுக்கள் தோலின் நிறத்தோடு ஒத்திருக்கும். தோலுடன் ஒட்டியே இருக்கும் இது, தோற்றத்தில் மாற்றத்தை ஏற்படுத்தும். வளர்வடு உருவான முதல் வருடத்திலேயே அதன் மீது சூரிய ஒளி பட்டால், அது மஞ்சள் கலந்த பழுப்பு நிறமாக மாறிவிடும். அப்படி மாறிவிட்டால், அது நிரந்தரமாகிவிடும். வளர்வடு பரவாமல் தடுப்பதற்கான வழிமுறைகள் இதுவரை கண்டுபிடிக்கப்படவில்லை.

ஹோமியோபதி சிகிச்சை

இந்தப் பாதிப்பைக் குணப்படுத்த Acid Flur, Silicea, Causticum, Calc Flur, Thuja, Gun Powder போன்ற ஹோமியோபதி மருந்துகளைப் பயன்படுத்தலாம்.

பொடுகு

DANDRUFF

11

தலையில், தோல் பகுதியில் உருவாகும் வெள்ளை நிற செதில்கள்தான் பொடுகு என்று அழைக்கப்படும். இதை, செபோரீக் மெட்ர மாடிடிஸ் என்று ஆங்கிலத்தில் சொல்வார்கள். தலை, முகம், மூக்கு, கண்புருவம், காது, காதின் வெளிப்பகுதிகளில் பொடுகு உருவாகலாம்.

காரணம்

- மனஅழுத்தம்
- பரம்பரை
- உடல் பருமன்
- கடுமையான வானிலை
- வழுவழுப்பான தோல்
- தோல் நோய்கள்
- ஆல்கஹால் கலந்த லோஷன்களைப் பயன் படுத்துவது

போன்றவை, இந்தப் பாதிப்பு ஏற்படுவதற்கான வாய்ப்பை அதிகப்படுத்தும்.

- பார்க்கின்சன் நோய்
- தலையில் காயம் ஏற்படுதல்
- மாரடைப்பு உள்ளிட்ட நரம்பியல் தொடர்பான நோய்களாலும் இந்தப் பாதிப்பு ஏற்படும்.

அறிகுறிகள்

- தோலில் பிளவு / அரிப்பு
- தோல் செதிள்கள், வெள்ளை அல்லது மஞ்சள் நிறத்தில் இருத்தல்
- எரிச்சல், தொற்று ஏற்படாதவரை வலி இருக்காது
- நோய்த் தாக்கத்தினால் முடி உதிரும் வாய்ப்பு உள்ளது.

ஹோமியோபதி சிகிச்சை

இந்த நோயைக் குணப்படுத்த Ars alb, Vinca min, Badiaga, Thuja, Mazerium, Kali sulph போன்ற ஹோமியோபதி மருந்துகளைப் பயன்படுத்தலாம்.

12

சொறி, சிரங்கு

ECZEMA

தோலில் மிகவும் கொடுமையான அரிப்பு, புண் ஆகியவை உண்டாவதை சொறி, சிரங்கு (ஒவ்வாமை தொடர்பானது) என்று சொல்வார்கள்.

ஆஸ்துமா, காய்ச்சல், மகரந்தத்தால் உருவாகும் ஒவ்வாமை நோய், சொறி, சிரங்கு பிற ஒவ்வாமை தொடர்பான நோய்கள் இருந்தால் இந்தப் பாதிப்பு ஏற்பட வாய்ப்பு உள்ளது.

மன அழுத்தம் காரணமாக, நரம்புகளால் ஏற்படும் உடலியக்க மாறுபாடுகளால் பாதிப்பின் தீவிரம் அதிகரிக்கும்.

அறிகுறிகள்

- அதிக எரிச்சலுடன் கூடிய கொப்புளங்கள் ஏற்பட்டு சீழ் வடிதல்
- தோல் சிவப்பு நிறமாதல் அல்லது கொப்புளங்களைச் சுற்றி பாதிப்பு ஏற்படுதல்.
- தோலில் தழும்பு ஏற்பட்டு தலைஉச்சி, கை, கால், தோள் பகுதிகள் ஆகிய வற்றுக்குப் பரவும்.

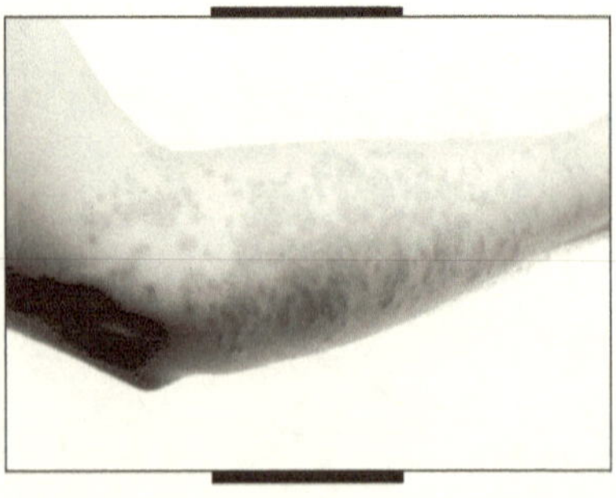

- பொதுவாக, கை மூட்டு அருகே மற்றும் கணுக்கால் பகுதியில் பாதிப்புகள் அதிகம் ஏற்படும்.

ஹோமியோபதி சிகிச்சை

இந்த நோயைக் குணப்படுத்த Graph, Petroleum, Mezerium, Ars Alb, Bovista, Arnica போன்ற ஹோமியோபதி மருந்துகளைப் பயன்படுத்தலாம்.

13

பித்தப்பை கல்

GALLSTONE

பித்தப் பையில் உருவாகும் கல்லை, பித்தப்பை கல் என்று சொல்வார்கள். பித்தப்பை கல் எந்தவொரு அறிகுறியும் இல்லாமல் இருக்கும்.

- எக்ஸ்-ரே
- அறுவை சிகிச்சை
- உடல் பரிசோதனை

ஆகியவற்றின் மூலம் பித்தப்பை கற்களைக் கண்டறிய முடியும்.

- உப்புக் கட்டிகள்
- லெசித்தின்
- கொழுப்பு

ஆகியவற்றால் பித்தப்பை கற்கள் உருவாகின்றன.

பித்தப்பை கற்கள், மணல் துகள் அளவுக்குச் சிறிய அளவிலும் இருக்கும். ஓர் அங்குலம் அளவுக்குப் பெரிதாகவும் இருக்கும்.

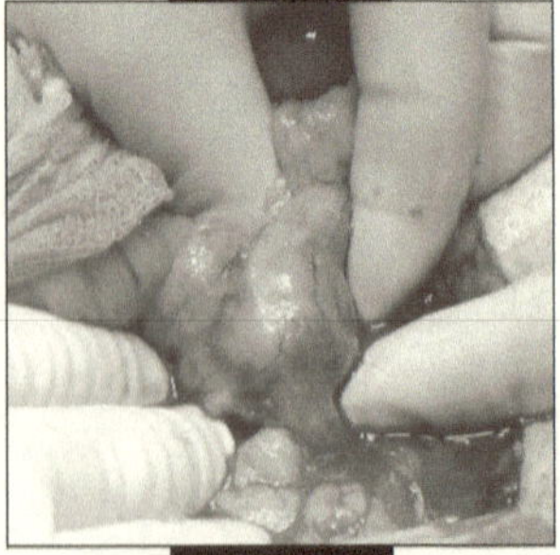

பித்தப்பை குழாயில் அடைப்பு ஏற்பட்ட பிறகே இதற்கான அறிகுறிகள் தோன்றும். எல்லோருக்குமே பித்தப்பையில் கற்கள் உருவாகும். ஆனால், அதனால் பாதிப்பு என்பது 1000 பேரில்

ஒருவருக்கு என்ற அளவில்தான் இருக்கும். பித்தப்பை கற்கள் பாதிப்பு பெண்களுக்கும், ' நாற்பது வயதுக்கு மேற்பட்டவர்களுக்குத்தான் அதிகமாக ஏற்படும்.

பித்தப்பை கல் உருவாகாமல் தடுப்பதற்கான வழிமுறைகள் கண்டுபிடிக்கப்படவில்லை. பித்தப்பை கல் இருப்பதற்கான அறிகுறி தென்பட்டால், குறைந்த கொழுப்புள்ள உணவுப் பொருள்களை சாப்பிட்டு, உடல் எடையைக் குறைப்பதன் மூலம் பாதிப்பைக் கட்டுப்படுத்தலாம்.

அறிகுறிகள்

- வயிற்றின் வலது மேல் பகுதி அல்லது மேல் பகுதியின் மத்தியில் வலி ஏற்படும்.

கூடுதலாக, வாந்தி, நெஞ் செரிச்சல், அஜீரணம், வயிறு நிரம்பியதைப் போன்ற உணர்வு, வாயுத் தொல்லை ஆகியவையும் இருக்கும்.

குறிப்பு: இந்தப் பாதிப்புக்கு அடிக்கடி அறிகுறி எதுவும் தென்படாது.

ஹோமியோபதி சிகிச்சை

இந்த நோயைக் குணப்படுத்த Fel Tauri, Cholestrinum, Chlidonium, Lycopodium, China போன்ற ஹோமியோபதி மருந்துகளைப் பயன்படுத்தலாம்.

14

சிறுநீரகக் கல்

RENAL CALCULI

சிறுநீரகத்தோடு தொடர்புடைய சிறுநீர்ப்பை அல்லது சிறுநீர்க் குழாயில் ஒன்று அல்லது அதற்கு மேற்பட்ட கற்கள் இருந்தால் அதை, சிறுநீரகக் கல் என்று சொல்வார்கள்.

இந்த நோய் ஏற்பட்டால்,

- சிறுநீர் கழிக்கும்போது, அதில் சிறிய கற்கள் கலந்து வர வாய்ப்புள்ளது.
- சிறுநீரகத்தில் உருவாகும் கல், சிறுநீர்க் குழாயை அடையும்வரை அறிகுறி எதுவும் தெரியாது. அதன்பிறகு, வலி ஏற்படும்.
- இந்த வலி, மிகவும் கடுமையாக இருக்கும்.
- சிறுநீரகக் கல் என்பது பெரும்பாலானோருக்கு ஏற்படும். பெண்களில் 5 சதவீதத்தினரும், ஆண்களில் 10 சதவீதத்தினரும், 70 வயதை அடைவதற்குள் இந்த நோயால் பாதிக்கப்படுவர்.
- ஆயிரம் பேரில் இரண்டு பேருக்கு வீதம் சிறுநீரகக் கல் பாதிப்பு ஏற்படும் என்று சொல்லப்படுகிறது.
- சிகிச்சைக்குப் பிறகு சிறுநீரகக் கல் மீண்டும் உருவாவதற்கான வாய்ப்புகள் அதிகம்.

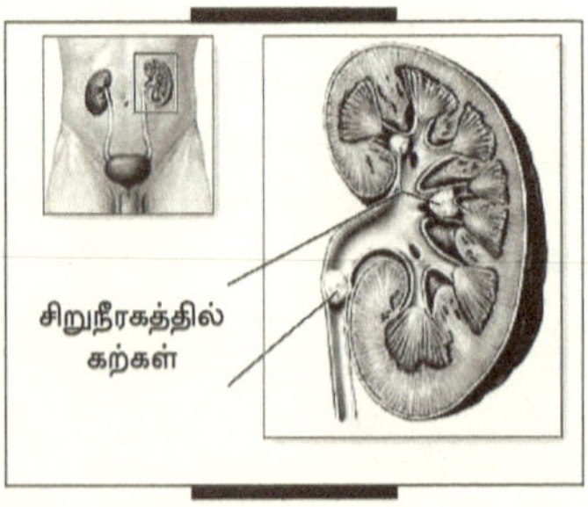

- இரண்டு அல்லது மூன்று முறை சிறுநீரகக் கல் ஏற்பட்டால், பாதிப்புகள் அதிகமாக இருக்கும்.
- பொதுவாக, குறைபிரசவத்தில் பிறக்கும் குழந்தைகளுக்கு சிறுநீரகத்தில் கல் ஏற்படும்.
- சில வகையான கற்கள், பரம்பரையாக உருவாகும். குடல் நோய், உடல் பருமனைக் குறைப்பதற்காக சிறுகுடலில் மேற்கொள்ளப்படும் அறுவை சிகிச்சை, சிறுநீரக நுண்குழாய் பாதிப்புகள் போன்றவற்றால் சில வகையான கற்கள் ஏற்படுகின்றன.
- குடும்பத்தினருக்கு ஏற்கெனவே சிறுநீரகத்தில் கற்கள் இருந்தால், மற்றவர்களுக்கும் சிறுநீரகக் கல் ஏற்படுவதற்கான வாய்ப்புகள் அதிகம்.
- பொதுவாக, சிறுநீரகத்தில் கால்சியம் கற்கள் உருவாகும். சிறுநீரகக் கல் நோயால் பாதிக்கப்படுவோரில் 75 முதல் 95 சதவீதத்தினருக்கு இந்த வகையான கற்களே உருவாகும்.
- அதிலும், 20 முதல் 30 வயதுடைய ஆண்களுக்கு சிறுநீரகக் கல் உருவாவதற்கு இரண்டு முதல் மூன்று மடங்கு அதிக வாய்ப்புகள் உள்ளன. இதிலிருந்து மீண்டு வருவதற்கு வாய்ப்புகள் உள்ளன.
- கால்சியத்துடன் ஆக்ஸலேட், பாஸ்பேட், கார்பொனேட் ஆகியவை சேர்ந்து கற்கள் உருவாகின்றன.
- சில வகை உணவுப் பொருள்களில் ஆக்ஸலேட்டுகள் உள்ளன. சிறுகுடலில் உள்ள நோய்கள் அதிகமானால், கால்சியம் ஆக்ஸலேட் கற்கள் உருவாவதற்கான வாய்ப்புகள் அதிகம்.
- பொதுவாக, ஆண்களுக்கு யூரிக் அமிலக் கற்களும் உருவாகும், இது, கீல்வாதம் அல்லது ரசாயன சிகிச்சையுடன் சேர்ந்து வரும். சிறுநீரகக் கல் நோயால் பாதிக்கப்படுவோரில் 8 சதவீதத்தினருக்கு யூரிக் அமிலக் கல் ஏற்படும். சிறுநீரில் அமிலோ அமிலம் கலந்திருப்போருக்கு அமிலோ அமிலக் கல் உருவாகும். இது, ஆண், பெண் இருபாலாருக்கும் ஏற்படும். பெண்களுக்கு, சிறுநீர் செல்லும் பாதையில் தொற்று ஏற்பட்டால், ஸ்ட்ரூவிட் கற்கள் ஏற்படும். இது மிகப்பெரிய அளவுக்கு வளர்ந்து,

சிறுநீரகம் மற்றும் சிறுநீர்க் குழாயில் பாதிப்பை ஏற்படுத்தும். மற்ற ரசாயனப் பொருள்களாலும் கற்கள் உருவாகலாம்.

- சிறுநீரகத்தில் கல் இருந்தால், அதிக அளவில் தண்ணீர் குடிக்க வேண்டும். குறைந்தபட்சம், ஒரு நாளைக்கு 6 முதல் 8 டம்ளர் தண்ணீர் குடிக்க வேண்டும். கல்லின் வகையைப் பொறுத்து, மீண்டும் ஏற்படாமல் தடுப்பதற்காக, மருந்து வகைகள் அல்லது பிற வழிமுறைகள் பரிந்துரைக்கப்படும்.

அறிகுறிகள்

- விலாப் பகுதியில் வலி அல்லது ஒன்று அல்லது இரண்டு பக்கங்களிலும் முதுகு வலி
- வாந்தி உணர்வு / வாந்தி எடுத்தல்
- அடிக்கடியும் அவசரமாகவும் சிறுநீர் கழித்தல்
- சிறுநீர் கழிக்க வேண்டும் என்ற உந்துதல் எப்போதும் இருத்தல்
- சிறுநீரில் ரத்தம் கலந்து வருதல்
- வயிற்றில் வலி
- சிறுநீர் கழிக்கும்போது வலி
- இரவு நேரங்களில் அதிக அளவில் சிறுநீர் கழித்தல்
- காய்ச்சல்
- சிறுநீரின் நிறம் மாறுதல்

சிறுநீரைப் பிடித்துப் பார்த்தால், எந்த மாதிரியான கல் உருவாகியிருக்கிறது என்பதைக் கண்டறிய முடியும். சிறுநீரைப் பரிசோதிக்கும்போது, கிரிஸ்டல்கள் மற்றும் சிறுநீரில் உள்ள ரத்த அணுக்களைக் கண்டறிய முடியும்.

சிகிச்சை

- அறிகுறிகளைக் குறைத்து, பாதிப்பு மேலும் அதிகரிக்காமல் தடுப்பதுதான் சிகிச்சையின் நோக்கம்.

- கற்களின் வகை, அறிகுறிகளின் தன்மை அல்லது நோயின் தன்மை ஆகியவற்றைப் பொறுத்து சிகிச்சை முறை மாறுபடும்.
- அறிகுறிகள் கடுமையாக இருந்தால், மருத்துவமனையில் சேர்ந்து சிகிச்சை பெறவேண்டி இருக்கும்.
- கற்கள் பொதுவாக சிறுநீருடன் கலந்து வெளியேறிவிடும். அப்போது, சிறுநீர் கழிப்பதில் பிரச்னை இருக்கும்.
- கற்களை எடுத்து ஆய்வு செய்வதன் மூலம் என்ன வகையான கல் என்பதைக் கண்டறிய முடியும்.
- அதிக அளவில் சிறுநீரைக் கழிக்கச் செய்ய, திரவ ஆதாரங்களை அதிக அளவில் எடுத்துக்கொள்வது போதுமானதாக இருக்கும். இதில், நாள்தோறும் 6 முதல் 8 டம்ளர்கள் வரை தண்ணீர் குடிக்க வேண்டும். இது போதுமானதாக இல்லையென்றால், நரம்பு மூலம் திரவத்தை செலுத்த வேண்டும்.

ஹோமியோபதி சிகிச்சை

இந்த நோயைக் குணப்படுத்த Berb Vulg, Sarsaperila, Lyco, Ocimum Can, Parirea Breva, Bell போன்ற ஹோமியோபதி மருந்துகளைப் பயன்படுத்தலாம்.

15

இரைப்பை பிரச்னை

GASTROESOPHAGIAL REFLUX DISORDER - GERD

இரைப்பைக்குச் சென்ற உணவுப் பொருள்கள், உணவுக்குழாய்க்குத் திரும்பி எரிச்சலை ஏற் படுத்தும்.

பொதுவாக, இத்தகைய இரைப்பை பிரச்னை, சாப்பிட்ட பிறகு நடந்துசெல்லும்போது ஏற் படும். நாம் சாப்பிட்ட உணவு, உணவுக் குழாய் வழியாக வயிற்றுக்குள் சென்றவுடன், உணவுக் குழாயும், இரைப்பையும் சேரும் இடத்தில் உள்ள வால்வு மூடிவிடும். ஆனால், ஒரு சிலருக்கு அந்த வால்வு மூடாமல், சாப்பிட்ட உணவு வயிற்றில் இருந்து உணவுக் குழாயை நோக்கி வரும். அப்போது, உணவுடன் அமிலம் அல்லது இரைப்பை பொருள்கள் சேர்ந்து வரும்.

இத்தகைய பாதிப்புக்கு, கர்ப்பம், ஹெர்னியா, உடல் பருமன், தொடர் வாந்தி போன்றவை காரணமாக இருக்கும். 1000 பேரில் 5 பேருக்கு இத்தகைய பாதிப்பு ஏற்படுகிறது.

அறிகுறிகள்

- நெஞ்சு எரிச்சல்
- மார்பு எலும்புக்கு உள் பகுதியில் எரிச்சல்
- சாப்பிட்ட பிறகு எரிச்சல் அதிகரிப்பு
- அடிக்கடியும், இரவு நேரத்திலும் பாதிப்பு அதிகரித்தல்

- வாந்தி, வாந்தியில் ரத்தம் வெளியேறுதல்
- தொண்டையில் எரிச்சல், விழுங்குவதில் சிரமம்
- ஜலதோஷம்
- எடைக் குறைதல்

போன்றவை முக்கிய அறி குறிகள்.

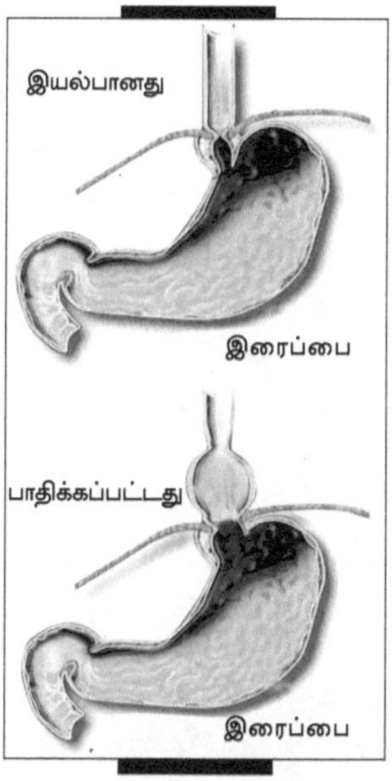

கவனம் செலுத்த வேண்டியவை

- உடல் எடையைக் குறைக்க வேண்டும்
- சாப்பிட்டவுடன் படுப்பதைத் தவிர்க்க வேண்டும்
- மார்புப் பகுதி மேல் நோக்கி இருப்பதுபோல், சாய்வான படுக்கையில் தூங்க வேண்டும்.
- மருந்து எடுத்துக்கொள்வதுடன், போதுமான தண்ணீரும் குடிக்க வேண்டும்
- பட்டினி கிடப்பதைத் தவிர்க்க வேண்டும்
- சாக்லேட், காபி, புதினா போன்றவற்றைத் தவிர்க்க வேண்டும். (இவை, உணவுக் குழாயின் கீழ்ப் பகுதியில் பாதிப்பை ஏற்படுத்தும்)
- மதுபானம் மற்றும் புகையிலையைத் தவிர்க்க வேண்டும்.

ஹோமியோபதி சிகிச்சை

இந்த நோயைக் குணப்படுத்த Nux Vomica, Carbo Veg, Lyco, China, Cal Carb, Acid Sulph போன்ற ஹோமியோபதி மருந்துகளைப் பயன்படுத்தலாம்.

16

மூட்டு வலி

GOUT

மூட்டுப் பகுதிகளில் யூரிக் அமிலம் சேர்வதால் ஏற்படும் நோயின் தொடக்கத்தை லேசான மூட்டு வலி என்று சொல்வார்கள். லேசான மூட்டு வலி என்று சொன்னாலும், இதனால் கடுமையான வலியுடன்கூடிய மூட்டுவாதம், குறிப்பாக பாதம் மற்றும் காலின் மூட்டுப் பகுதிகளில் ஏற்படும்.

யூரிக் அமிலம் அதிக அளவில் உற்பத்தியாவது அல்லது யூரிக் அமிலத்தை சிறுநீரகத்தால் கரைக்க முடியாமல் போகும்போது, உடல் செயல்பாடு களில் குறைபாடு ஏற்பட்டு லேசான மூட்டு வலி ஏற்படுகிறது.

உடல் செயல்பாடுகளில் பாதிப்பு ஏற்படுவதற் கான உண்மையான காரணம் கண்டறியப்பட வில்லை. நீரிழிவு நோய், உடல் பருமன், சிக்கில் செல் அனீமியா, சிறுநீரக நோய் அல்லது மருந்துச் சிகிச்சையின்போது, யூரிக் அமிலம் வெளி யேறுவதில் பாதிப்பு ஏற் படுவதால், உடல் செயல் பாடுகளில் மாற்றம் ஏற் படலாம். ஆயிரம் பேரில் 5 பேர் இந்த நோயால் பாதிக்கப்படுகின்றனர்.

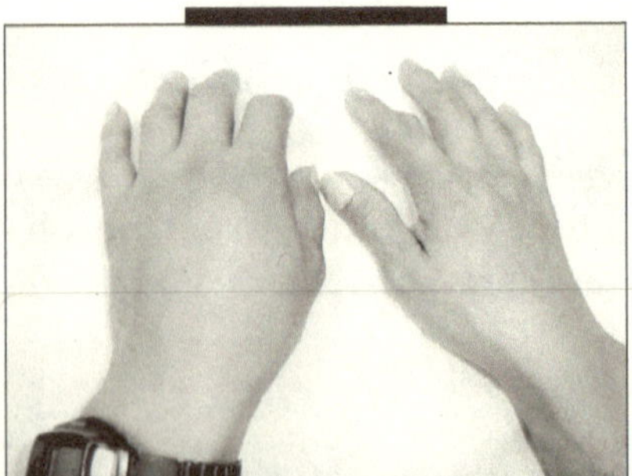

இந்த நோயைத் தடுப்பது கடினம். காயம், மது அருந்துதல், உணவு முறை ஆகியவற்றால் நோய்க்கான வாய்ப்புகள் அதிகரிக்கிறது.

அறிகுறிகள்

- மூட்டுப் பகுதியில் வலி
- ஒன்று அல்லது அதற்கு மேற்பட்ட மூட்டுகளில் திடீரென வலி ஏற்படுதல் (இடுப்பு வலி, கணுக்கால் வலி, பாதங்களில் வலி, தோள் வலி, கை வளைவுகளில் வலி, மணிக்கட்டு வலி, கை வலி அல்லது வேறு இணைப்புப் பகுதிகளில் வலி ஏற்படுதல்)

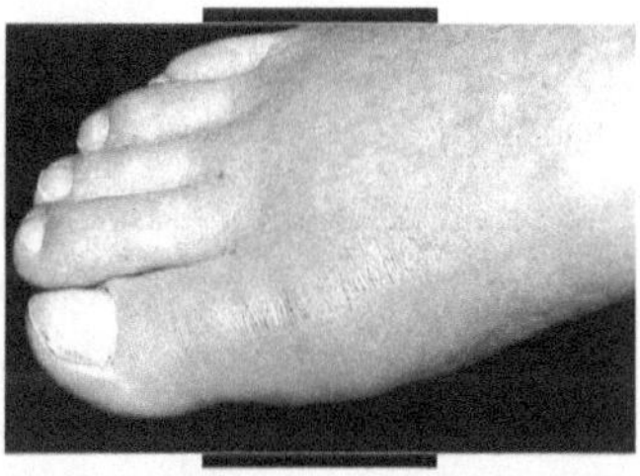

- முழங்கால் அல்லது கணுக்காலில் அடிக்கடி பாதிப்பு ஏற்படுதல்
- மூட்டுப் பகுதிகளில் வீக்கம் / மூட்டுப் பகுதிகளை நகர்த்த முடியாதபடி இறுக்குத் தன்மை ஏற்படுதல்
- மூட்டுப் பகுதிகள், வெப்பமாகவும் சிவப்புத் தன்மை யுடனும் இருத்தல்
- காய்ச்சலும் ஏற்படுதல்

ஹோமியோபதி சிகிச்சை

இந்த நோயைக் குணப்படுத்த Ruta, Acid Sulph, Arnica, Bryonia, Urtica Urens, Lycopodium போன்ற ஹோமியோபதி மருந்துகளைப் பயன்படுத்தலாம்.

17

சோரியாசிஸ்

PSORIASIS

தோலின் பெரும்பாலான பகுதிகளில் சிவப்புத் தன்மையுடன் அரிப்பு ஏற்படுதல் மற்றும் காய்ந்த வெண்மை நிறத் தழும்புகள் ஏற்படுவதை சோரியாசிஸ் என்று சொல்வார்கள். இது, திடீ ரென அல்லது கொஞ்சம் கொஞ்சமாக உரு வாகும். இது, எந்த வயதினரையும் பாதிக்கும். பெரும்பாலும், 15 முதல் 35 வயதுக்குள் இருக்கும்போது இதன் பாதிப்பு தொடங்கும்.

ஊட்டச்சத்து குறைபாடு காரணமாக இது ஏற் படும். பெரும்பாலும் முழங்கை, முழங்கால், உச்சந்தலை, தோல் மடிப்புகள், கைவிரல் நகப் பகுதிகளில் இது தெரியும். எனினும், தோலின் அனைத்துப் பகுதிகளையும் இது பாதிக்கும்.

பொதுவாக, தோலின் அடிப்பகுதியில் உருவாகும் புதிய செல்கள், மேல் பகுதிக்கு வந்து சேர ஒரு மாதம் பிடிக்கும். சோரியாசிஸ் தாக்கியவர் களுக்கு, ஒரு சில நாள்களிலேயே புதிய செல்கள் மேல் பகுதிக்கு வந்துவிடும். இதனால், இறந்த தோல் அணுக்கள் வளர்ந்து, தடிமனான தழும்பு கள் உருவாகும். சோராரியாஸிஸானது காயம் அல்லது எரிச்சலாக மாறக்கூடும். புற்றுநோய்க்காக ரசாயன சிகிச்சை எடுத்துக்கொண்டவர் அல்லது எய்ட்ஸ் நோயால் பாதிக்கப்பட்டவர் அல்லது நோய் எதிர்ப்புச் சக்தி குறைவாக உள்ளவர்களுக்கு நோயின் தாக்கம் கடுமையாக இருக்கும்.

தவறான மருந்து எடுத்துக்கொள்ளுதல், வைரஸ் அல்லது பாக்டீரியா நோய்த்தொற்று, அதிக அளவில் மதுபானம் அருந்துதல், உடல் பருமன், சூரியஒளி படாமல் இருத்தல் அல்லது சூரிய ஒளி அதிக அளவில் படுதல் ஆகியவையும் சோரியாஸிஸ் உருவாவதற்குக் காரணம். அழுத்தம், உடல் நலக் குறைபாடு, குளிர்ச்சியான வானிலை, தோலில் அடிக் கடி பாதிப்பு ஏற்படுவதாலும் சோரியாஸிஸ் ஏற்படும். சோரியாஸிஸ் ஒரு தொற்றுநோய் அல்ல.

அறிகுறிகள்

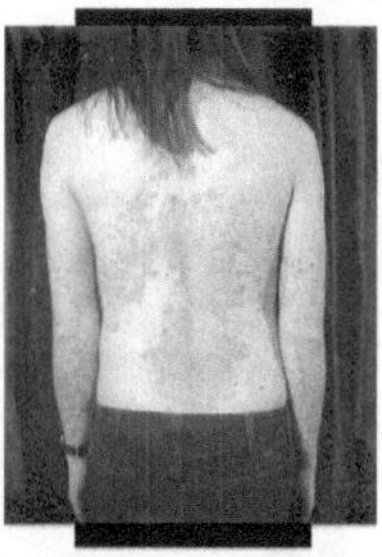

- தோலில், உலர்ந்த, சிவப்பு நிறத் தழும்புகள் உருவாகும்.
- பொதுவாக, முழங்கை, முழங்கால், தலைப்பகுதி, கைகளில் இருக்கும்
- தோல் செல்கள் உடைந்து எரிச்சல் உண்டாகும்
- மூட்டு வலி
- நகம் இயல்புத்தன்மைக்கு மாறாக இருத்தல்
- கண் எரிச்சல், கண்ணீர் அதிகமாக வெளியாதல்

ஆகியவை இந்த நோய்க்கான அறிகுறியாகும்.

சிகிச்சை

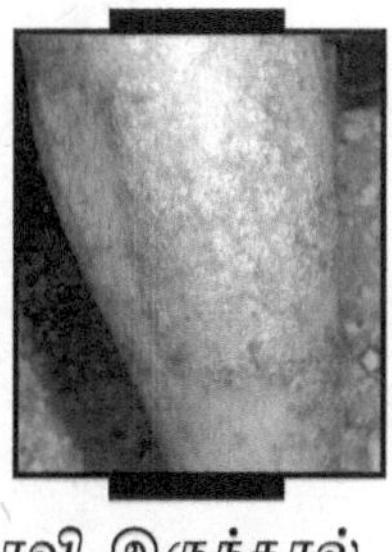

- நோயின் அறிகுறிகளைக் கட்டுப்படுத்து தல் மற்றும் தொற்றுநோய் ஏற்படாமல் தடுப்பதில் கவனம் செலுத்தப்படும். நோயின் தாக்கத்தைப் பொறுத்து, சிகிச்சையின் தன்மை அமையும்.
- கடுமையான வலி அல்லது உடலின் மிகப்பெரிய அளவில் சோரியாஸிஸ் பரவி இருந்தால், அவசர சிகிச்சைப் பிரிவில் சேர்த்து சிகிச்சை அளிக்க வேண்டும். இந்த நோய், கடும் வலியை ஏற்படுத்தும்.

ஹோமியோபதி சிகிச்சை

இந்த நோயைக் குணப்படுத்த Ars Alb, Borax, Lyco, Kali Ars, Sul, Thyroidinum போன்ற ஹோமியோபதி மருந்துகளைப் பயன்படுத்தலாம்.

18

இடுப்பு வலி

SCIATICA

முதுகுத்தண்டு நரம்பு மண்டலம் சுருங்குவதால், நரம்பு வேர்ப் பகுதியில் பாதிப்பு ஏற்படுகிறது. இதனால், இடுப்புப் பிடிப்பு (வலி) ஏற்படுகிறது. இது,

- நடுத்தர வயதினர் அல்லது முதியவர்களுக்கு ஏற்படும்.
- முதுமை மூட்டுவாதம், பேஜட்ஸ் நோய் அல்லது காயத்தால் நரம்பு வேர்ப் பகுதிகளில் பாதிப்பு ஏற்படுவதால் இடுப்புப் பிடிப்பு ஏற்படுகிறது.
- 10 ஆயிரம் பேரில் 5 பேருக்கு என்ற வீதத்தில் இந்தப் பாதிப்பு இருக்கிறது.

அறிகுறிகள்

- தொடைப் பகுதி மற்றும் இடுப்புப் பகுதியில் வலி
- நடப்பதால் அல்லது உடற் பயிற்சி செய்வதால் வலி அதிகரிப்பு
- கால் பகுதி வரை முதுகு வலி நீடிப்பு
- கால் பலமிழந்து காணப் படுதல்
- கழுத்து வலி / கால் வலி

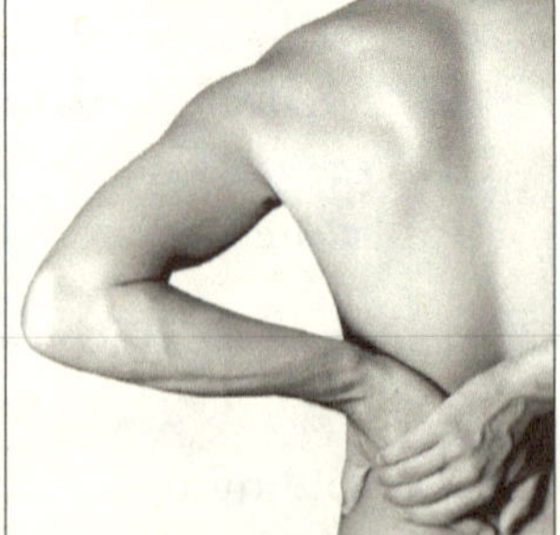

பரிசோதனை

- இடுப்புப் பகுதிகளில், அனிச்சை செயல்பாடுகளைக் கண்காணிப்பதன் மூலம் நோயின் தன்மையை அறியலாம்.
- நரம்பு பரிசோதனை மூலம், கால் பலவீனம் மற்றும் காலில் உணர்வு குறைபாடுகளை அறிந்துகொள்ளலாம்.
- முதுகுத் தண்டுவடத்தை எக்ஸ்-ரே எடுத்து, முதுகுத் தண்டின் சுருக்கம் மற்றும் மாற்றங்களை அறியலாம்.
- முதுகுப் பகுதியில் எம்.ஆர்.ஐ. அல்லது சிடி ஸ்கேன் எடுத்து ஸ்டெனோசிஸை தெரிந்துகொள்ளலாம்.
- ஈ.எம்.ஜி. சோதனை மூலம், நரம்புகளில் ஏற்பட்டுள்ள மாற்றங்களைத் தெரிந்துகொள்ளலாம்.

ஹோமியோபதி சிகிச்சை

இந்தப் பாதிப்பைக் குணப்படுத்த Rhus tox, Colocynthis, Gnaphyllum, Arnica, Plum met, Hypericum போன்ற ஹோமியோபதி மருந்துகளைப் பயன்படுத்தலாம்.

19

தூக்கப் பாதிப்புகள்

SLEEP APNEA

தூக்கப் பாதிப்பு என்றால் தூக்கம் வருவதில் சிக்கல், தொடர் தூக்கத்தில் பாதிப்பு, உரிய நேரத்தில் தூங்க முடியாமை, குறிப்பிட்ட நேரத்துக்கும் மேலாகத் தூங்குதல், தூக்கத்துடன் தொடர்புடைய செயல்பாடுகளில் மாற்றம் ஏற்படுதல் ஆகியவை.

தூங்குவதில் ஏற்படும் குறைபாடுகளில் 100க்கும் மேற்பட்ட வகைகள் கண்டறியப்பட்டுள்ளன. இவை 4 வகைகளாகப் பிரிக்கப்படுகின்றன. தொடர்ந்து தூக்கம் வருவதில் பிரச்னை, எழுந்திருப்பதில் பிரச்னை, தினமும் சரியான நேரத்தில் தூங்குவதில் சிக்கல் மற்றும் தூக்கத்தைக் கெடுக்கும் செயல்பாடுகள் என நான்கு வகையாகப் பிரிக்கப்பட்டுள்ளன.

தூக்கம் வருவதில் பிரச்னை

- தூக்கம் வருதல்
- தொடர்ந்து தூங்குதல்
- இடைவிடாமல் தூங்குதல்
- அதிகாலையில் எழுந்திருத்தல்

ஆகியவற்றில் பிரச்னை ஏற்படும். இது,

- தாற்காலிகமானதாக, இரண்டு முதல் 3 வாரங்கள் வரை குறுகிய காலத்துக்கு அல்லது தொடர்ந்து இருப்பதற்கான வாய்ப்பு உள்ளது.

- உடல்நலக் குறைவு
- மன அழுத்தம்
- பயம்
- மோசமான சுற்றுச்சூழல்
- காபி அதிகம் குடித்தல்
- போதைக்கு அடிமையாதல்
- அதிக அளவில் புகைப் பிடித்தல்
- உடல் பலவீனம்
- பகல் நேரத்தில் தூங்குதல்
- சில மருந்துகளைப் பயன்படுத்துதல்
- முன்கூட்டியே தூங்க ஆரம்பித்தல்
- படுக்கையை விட்டு எழுந்திருக்க கூடுதல் நேரம் எடுத்துக் கொள்ளுதல்

போன்ற காரணங்களால் இந்தப் பிரச்னை ஏற்படுகிறது.

குறிப்பிட்ட நேரத்தில் தூங்குவதில் பிரச்னை

நாள்தோறும் குறிப்பிட்ட நேரத்தில் தூங்காமலும், எழுந் திருக்காமலும் இருந்தால், தூக்கப் பிரச்னை ஏற்படும். இதற்கு, ஓரிடத்தில் இருந்து மற்றொரு இடத்துக்குச் செல்லும்போது ஏற்படும் நேர மாறுதல், ஷிப்ட் முறையில் பணி செய்வது, குறிப்பாக இரவு நேரத்தில் பணியாற்றுவது போன்றவையே காரணமாகும்.

தூக்கத்தைக் கெடுக்கும் செயல்பாடுகள்

தூங்கும்போது மாறான செயல்பாடுகள் இருந்தால், அதை பாரசோம்னியாஸ் என்று சொல்வார்கள். பொதுவாக, இது குழந்தைகளுக்கு இருக்கும். தூக்கத்தில் பயம் ஏற்படுதல், தூக்கத்தில் நடத்தல், கண்களை நகர்த்துவதில் பிரச்னை (இது ஒருவகையான மனப் பிரச்னை. சரியான தூக்கம் மற்றும் கனவு இல்லாததால் ஏற்படுகிறது) என்று இந்தப் பாதிப்பு இருக்கும்.

தூக்கத்தில் பயம் ஏற்படுவது என்பது, தூங்கிக்கொண் டிருக்கும்போது பயம், வேர்வை, அதிக இதயத் துடிப்பு, குழப்பம் ஆகிய நிலையில் எழுந்திருப்பது ஆகும்.

தூக்கத்தில் நடப்பது என்பது, தனக்குத் தெரியாமலேயே தூங்கியபடியே நடப்பது ஆகும். இது 2 முதல் 12 வயது வரையுள்ள குழந்தைகளைப் பாதிக்கும். மூளை குழப்பம், போதை மருந்துகள் பயன்படுத்துதல், மனக் குழப்பம், உடல்நிலை ஆகியவற்றால், பெரியவர்களுக்கும் இந்தப் பாதிப்பு இருக்கும்.

தினமும் ஒரே மாதிரியான நேரத்தில் தூங்குதல், தூங்குவதற்கு ஏற்ற வகையிலான சுற்றுச்சூழலை ஏற்படுத்துதல் ஆகிய வற்றின் மூலம் தூக்கப் பிரச்னைகளைத் தடுக்க முடியும்.

அறிகுறிகள்

- இரவு நேரத்தில் எழுந்திருத்தல்
- தூக்கம் வருவதில் சிக்கல்
- சோம்பலாக இருத்தல்
- அதிக சத்தத்துடன் குறட்டை விடுதல்
- மூச்சுவிடுவதில் பாதிப்பு
- பகல் நேரத்தில் தூக்கம் வருதல்
- மன அழுத்தம்
- பயம்
- கவனம் செலுத்துவதில் பிரச்னை/ ஞாபகம் வைத்துக்கொள்வதில் சிக்கல்

குறிப்பு: இந்த அறிகுறிகள், குறிப்பிட்ட வகையான பாதிப்பு களுக்கு வேறுபடும்.

சிகிச்சை

தூக்கமின்மை: தூக்கமின்மையைப் போக்க, அதற்கான காரணத்தை அறிய முடிந்தால். அதற்கேற்றபடி சிகிச்சை

அளிக்கலாம். உடல்ரீதியான அல்லது மனரீதியான காரணம் இருந்தால் சிகிச்சை அளிக்க முடியும். அதிக ஒளி, சத்தம், அதிக காபி அருந்துதல் அல்லது ஊக்கிகளை பயன்படுத்து தல், தொடர்ந்து விழித்துக்கொண்டிருத்தல் போன்றவற்றால் ஏற்படும் தூக்கமின்மையைப் போக்க, சுற்றுச்சூழலைச் சரிப்படுத்த முயற்சிக்க வேண்டும். மருத்துவ, ஆலோசனை யின் பேரில் தூக்க மாத்திரைகளைப் பயன்படுத்த லாம்.

அதிக தூக்கம்: தொடர்ந்து தூக்கம் வந்துகொண்டே இருந் தால், எடையைக் குறைப்பது, மூக்கு வழியாக அழுத்தமான காற்றைவிடுவது ஆகிய சிகிச்சைகளை மேற்கொள்ளலாம். சில நேரங்களில், அறுவை சிகிச்சை அல்லது பிற முறை களைப் பின்பற்றலாம். கட்டுப்படுத்த முடியாத தூக்கத்தைப் போக்க, பகல் நேரத்தில் ஊக்குவிப்பு மாத்திரைகளைப் பயன்படுத்தலாம்.

தூக்கத்தில் பயம்: தூங்கிக்கொண்டிருக்கும்போது பயம் அல்லது தூக்கத்தில் நடந்து செல்லுதல் போன்றவற்றுக்கு ஹிப்னாடிச முறையில் சிகிச்சை அளிக்கலாம்.

ஹோமியோபதி சிகிச்சை

இந்தப் பாதிப்பைக் குணப்படுத்த Aralia, Sambugus, Lamina Minor, Thuja, Aconite, Puls போன்ற ஹோமியோபதி மருந்து களைப் பயன்படுத்தலாம்.

20

மரு

WARTS

தோலில் வைரஸ் கிருமிகளால் உருவாகும் 'கட்டியை' மரு அல்லது கால் ஆணி என்று சொல் வார்கள். இதன் தன்மை மிகவும் குறைவான அளவிலேயே இருக்கும். உடலின் எந்தப் பகுதியிலும் இந்தக் கட்டி ஏற்படும். எனினும், கை, கால், முகப் பகுதிகளில் அடிக்கடி ஏற்படு வதற்கு வாய்ப்பு உண்டு.

எந்தப் பகுதியில் இடம்பெறுகிறது என்பதைப் பொறுத்து அதன் பெயர் வேறுபடும். காலின் பாதத்தில் ஏற்படுவதை கால் ஆணி என்று சொல்வார்கள். கை நகம் அல்லது கால் நகப் பகுதியில் ஏற்பட்டால், நகச்சுற்று (நகச்சுத்தி) என்று சொல்வார்கள். கை, கால் பகுதிகளில் ஏற்படுவதை மரு என்றும், முகத்தில் ஏற்பட்டால் பரு என்று சொல்வார்கள்.

- குழந்தைகளுக்கு முகம், நெற்றி, கை, கால் பகுதிகளில் சிறிது சிறிதாக கொப்புளம்போல் தோன்றும்.
- பெரியவர்களுக்கு இது குறை வாகவே இருக்கும்.
- இது, தோல் பகுதியில் வட்டவடிவத் தில் தோலின் நிறத்தைவிட மங்க லானதாக அல்லது அழுத்தமாக இருக்கும். சில நேரங்களில், கருப்பு நிறத்திலும் இருக்கும்.

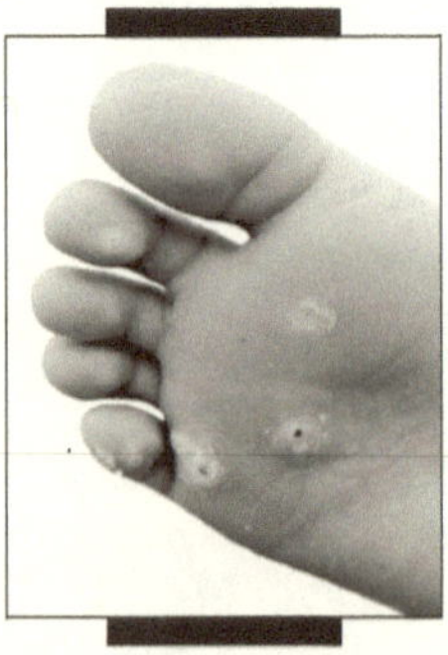

- பொதுவான பருக்கள் பாதிப்பை ஏற்படுத்துவதில்லை.
- கால் ஆணி, மற்ற இடங்களில் இருப்பதைப்போல் பொதுவானது. எனினும், பாதத்தில் இருப்பதால் அதிக வலியை ஏற்படுத்தும்.
- கால் ஆணி ஏற்பட்டால், பெரும்பாலும் நடப்பதிலும், ஓடுவதிலும் சிரமம் ஏற்படும். நகப் பகுதியில் ஏற்படும் நகச்சுற்றுகள், மற்ற பகுதிகளில் ஏற்படுவதைப் போன்றே பொதுவானது என்றாலும், எளிதில் குணமாகாது. பருக்கள் இரண்டு ஆண்டுகளிலேயே காணாமல்போய்விட வாய்ப்பு உள்ளது.
- மரு, பருக்களைப் போக்க சிகிச்சை முறைகளில் பல்வேறு முன்னேற்றங்கள் ஏற்பட்டுள்ளன. சிறந்த முறையில் சிகிச்சை அளித்தாலும், இந்த மரு மீண்டும் ஏற்படுவதற்கு வாய்ப்புகள் அதிகம்.

அறிகுறிகள்

- தோலின் மேல் பகுதியில் சிறிதான அல்லது கடினமான வீக்கம்
- தோலின் நிறம் மாறுதல்
- கருப்பு புள்ளிகளைப் போல் இருத்தல்
- குறிப்பிட்ட பகுதிகளில் நிறம் மாறுதல்
- நெற்றியில் கட்டி போல் இருத்தல்
- கை அல்லது கால் பகுதியில் கட்டிபோல் வளருதல்
- பாதத்தில் வட்ட வடிவமாக தடிமனாக மாறுதல்,
- கை நகம் அல்லது கால் நகப் பகுதியில் தோல் தடிமனாக மாறுதல்.

ஹோமியோபதி சிகிச்சை

இந்தப் பாதிப்பைக் குணப்படுத்த Thuja, Causti, Anti crud, Silicea, Cal Flur, Sabina போன்ற ஹோமியோபதி மருந்துகளைப் பயன்படுத்தலாம்.

21

காய்ப்புத்தன்மை

CORNS

அழுத்தம் காரணமாக தோல் பகுதியில் மரத்துப் போன தன்மை ஏற்படுவதை காய்ப்புத்தன்மை என்று சொல்வார்ள். கால் விரல் பகுதியில் தோல் தடிமனாக மாறும். இதற்கு, காலணிகள் அணிவதால் ஏற்படும் அழுத்தமே காரணம்.

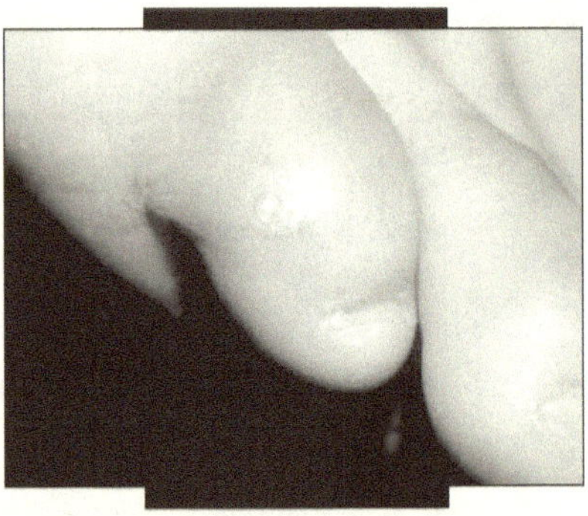

எதையாவது அழுத்தமாகப் பிடித்து வேலை செய்யும்போது அல்லது தோல் பகுதியில் தொடர்ந்து அழுத்தம் இருக்கும்போது கை அல்லது கால் பகுதியில் காய்ப்புத்தன்மை ஏற்படும்.

சிகிச்சை முறை

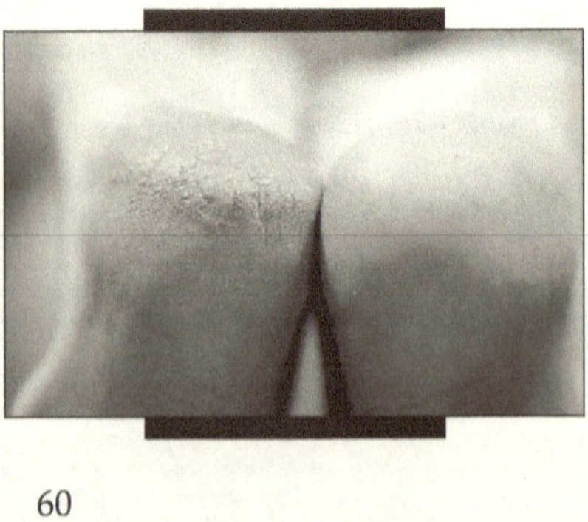

- தடிப்புத்தன்மைக்கான காரணத்தைக் கண்டறிந்து அதைச் சரி செய்ய வேண்டும்.
- மோசமான காலணி காரணமாக காலில் காய்ப்புத்தன்மை ஏற்படுமானால்,

காலணியை மாற்றுவதன் மூலம் சில வாரங்களிலேயே சரியாகிவிடும்.

- நீரிழிவு நோய் உள்ளவர்களுக்கு இது ஏற்பட்டால், கால் பகுதியில் சிறப்புக் கவனம் செலுத்தப்பட வேண்டும்.

ஹோமியோபதி சிகிச்சை

இந்த நோயைக் குணப்படுத்த Anti Crud, Grpah, Silicea, Fer Pic, Gun Powder போன்ற ஹோமியோபதி மருந்துகளைப் பயன்படுத்தலாம்.

22

நரம்புச் சுருட்டு

VARICOSE VEIN

ரத்தக் குழாய்கள் சுற்றிக்கொண்டு ரத்தம் மேற்கொண்டு செல்ல முடியாமல் தடுக்கப்படுவதை நரம்புச் சுருட்டு என்று சொல்வார்கள்.

பொதுவாக, ரத்தக் குழாயில் உள்ள வால்வுகள், இதயத்தை நோக்கி ரத்தம் செல்ல வழிவகை செய்கின்றன. நரம்புச் சுருட்டு ஏற்பட்டால், இந்த வால்வுகள் சரியாக வேலை செய்யாது. இதனால், ரத்தக் குழாயிலேயே ரத்தம் தேங்கி ரத்தக் குழாயானது பெரிதாக மாறும். இது, பொதுவாக கால் பகுதியில் உள்ள ரத்தக் குழாயில் ஏற்படும்.

இந்தப் பாதிப்பு மற்ற பகுதிகளில் ஏற்படவும் வாய்ப்பு உள்ளது. பத்தில் ஒருவருக்கு நரம்புச் சுருட்டுப் பாதிப்பு ஏற்படும். குறிப்பாக, 30 முதல் 60 வயதுவரை உள்ள பெண்களுக்கு அதிக அளவில் இந்தப் பாதிப்பு ஏற்படும்.

வால்வுகளில் பாதிப்பு ஏற்படுதல், துரோம்போப் லெபிடிஸ், கர்ப்பம் போன்றவை நரம்புச் சுருட்டுக்குக் காரணங்கள். நீண்ட நேரம் நின்றுகொண்டிருத்தல் அல்லது அமர்ந்துகொண்டிருத்தல், சரியான கோணத்தில் நின்றுகொண்டு அல்லது அமர்ந்துகொண்டிருக்காமை மற்றும் வயிற்றுப் பகுதியில் அழுத்தம் கொடுப்பதால், பாதிப்பு அதிகமாகும்.

வால்வுகள் பாதிக்கப்படுவதால், ஆரம்பகட்ட நரம்புச் சுருட்டு ஏற்படுகிறது. இரண்டாவது

நிலை நரம்புச் சுருட்டு, கர்ப்பிணிகளுக்கு ஏற்படுகிறது. (கர்ப்பப் பை விரிவடையும்போது, ரத்தக் குழாயில் அழுத்தம் ஏற்பட்டு கால் பகுதியில் பாதிப்பு ஏற்படுகிறது).

அறிகுறிகள்

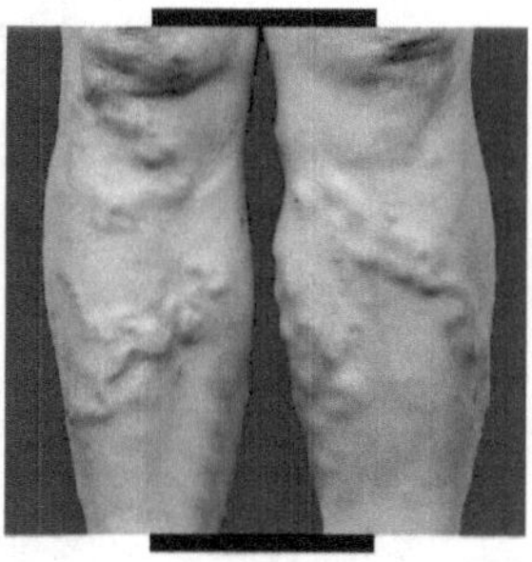

- கால்கள் முழுவதும் அதிக அளவில் வலி
- கால் தசை சுருங்கியிருப்பதாக உணர்தல்
- நரம்பு வீங்குதல்
- கணுக்காலில் வீக்கம்
- கணுக்காலில் உள்ள தோல் பகுதி நிறம் மாறுதல்
- கால்களின் தோலில் சீழ் பிடித்தல்

சிகிச்சை

- வலி ஏற்படும் வரை அல்லது தோலில் சீழ் பிடிக்கும் வரை சிகிச்சை தேவையில்லை.
- நரம்புச் சுருட்டை நீக்குதல் அல்லது எரிச்சலை ஏற்படுத்தும் பகுதியில் மருந்தை செலுத்துதல்

போன்ற சிகிச்சை முறைகள் பரிந்துரைக்கப்படுகின்றன.

ஹோமியோபதி சிகிச்சை

இந்தப் பாதிப்பைக் குணப்படுத்த Puls, Hemamillis, Cal Flur, Arnica போன்ற ஹோமியோபதி மருந்துகளைப் பயன் படுத்தலாம்.

23

மனக்குழப்பம்

DEPRESSION

மனிதனுக்கு, வருத்தம், நம்பிக்கையின்மை, வழக்கமான பணிகளில் ஆர்வம் குறைவதை மனக் குழப்பம் என்று குறிப்பிடுவார்கள்.

மனக் குழப்பத்துக்குப் பல்வேறு காரணங்கள் உள்ளன. பல்வேறு மக்களுக்கும், சொந்த இழப்பு அல்லது அன்றாட வாழ்க்கையில் கடுமையான நெருக்கடியால், மனக் குழப்பம் ஏற்படுகிறது. இது,

- மரபணு ரீதியாக
- குடும்ப ரீதியாக
- உயிரி ரசாயனம்
- உடல், சமூக அல்லது மனரீதியான காரணங்களால் ஏற்படும்.

அனைத்துத் தரப்பு மக்களுக்கும் பெரிய அளவில் மனக் குழப்பம் ஏற்படும். இருபாலருக்கும் இது ஏற்படும். பெண்களுக்கு அதிக அளவில் இருக்கும்.

வயதுக்கு வந்த பெண்களில், 5 முதல் 10 சதவீதத்தினருக்கு மனக் குழப்பம் இருக்கும். மனக் குழப்பத்தில் பெரும்பாலான வகைகளைத் தடுக்க முடியாது. மருந்துகள் மற்றும் மன ரீதியான சிகிச்சைகள் மூலம் தடுக்க முடியும்.

அறிகுறிகள்

- 2 வாரங்களுக்கும் மேலாக தொடர்ந்து சோகம் நிலவுதல்
- பொதுவான செயல்பாடுகளில் ஆர்வம் இல்லாமை
- எடை குறைதல்
- தூக்கத்தில் பாதிப்பு
- சக்தி இழப்பு
- பாலியல்ரீதியான உணர்வு குறைதல்
- கவனம் செலுத்துவதிலும், முடிவு எடுப்பதிலும் சிரமப்படுதல்
- அடிக்கடி தற்கொலை எண்ணம் ஏற்படுதல்
- ஞாபகச் சக்தி குறைதல்

ஹோமியோபதி சிகிச்சை

இந்தப் பாதிப்பைக் குணப்படுத்த Bach Flower Ramedies மருந்துகளைப் பயன்படுத்தலாம்.

24

ஒவ்வாமை - அழற்சி - தும்மல்

ALLERGIC RHINITIS

சில குறிப்பிட்ட பொருள்களால் (குறிப்பாக, மலர்களில் உள்ள மகரந்தத் துகள்கள்), மனிதர்களின் உடலில் ஏற்படும் மாற்றங்களை ஒவ்வாமை (அலர்ஜி), அழற்சி என்று சொல்வார்கள். அத்தகைய மாற்றங்களின் முக்கியம அறிகுறியாக இருப்பது தும்மல்.

அலர்ஜிக்கான காரணங்கள்

- நோய் எதிர்ப்புச் சக்தியில் ஏற்படும் பாதிப்பு
- தாவரங்களின் மகரந்தம்
- விலங்குகளின் இறகுகள், முடி
- ஒவ்வொருவரின் தனிப்பட்ட உடலமைப்பு
- மரம், செடி, கொடிகளில் உள்ள மகரந்தம், நோய் எதிர்ப்புச் சக்தி குறைவாக உள்ள மனிதனின் உடலுக்குள் செல்லும்போது, உடல் பாதுகாப்பு அமைப்பு பாதிக்கப்படுகிறது. இதனால், அரிப்பு, பாதிக்கப்பட்ட திசுக்களில் வீக்கம், சளி, தசைப் பிடிப்பு மற்றும் பிற அறிகுறிகள் ஏற்படும்.
- ஒவ்வாமை பாதிப்பு அதிகரிப்பதால், பல்வேறு நோய்களும் ஏற்படுகின்றன.
- சொறி, சிரங்கு, ஆஸ்துமா மற்றும் பிற நோய்கள் ஏற்படும்.
- மரபு வழியாக
- சுற்றுச்சூழல்

- மனஅழுத்தம்

போன்ற காரணங்களாலும் ஒவ்வாமை ஏற்படலாம்.

சில சமயங்களில், அறிகுறிகளைக் கட்டுப்படுத்த முடியும். வசந்த காலத்தில் பெரும்பாலான மரங்களும், கோடைக் காலத்தில் புல் மற்றும் பூண்டுகளும், தாமதமாகப் பூக்கும் தாவரங்கள் கோடைக் காலத்துக்கும், இலையுதிர் காலத்துக்கும் இடைப்பட்ட சமயத்தில் மகரந்தத்தைப் பரப்புகின்றன. இந்த மாதிரியான காலங்களில், ஒவ்வாமையால் பாதிக்கப் படுபவர்கள் வீடுகளிலேயே குளிர்ந்த காற்றோட்டம் உள்ள சூழ்நிலையில் இருப்பது நல்லது.

அறிகுறிகள்

- இருமல்
- தலைவலி
- மூக்கு, வாய், கண், தொண்டை உள்ளிட்ட பகுதிகளில் எரிச்சல்
- மூக்கில் சளி வடிதல்
- தும்மல் தொடர்ந்துகொண்டிருத்தல்
- காது கேட்காமை
- மணத்தை உணர முடியாமை
- தொண்டை வலி
- மூச்சுத்திணறல்

ஆகியவை இருக்கும்.

பரிசோதனை

ஒவ்வாமை என்பது காலத்தைப் பொறுத்தும், எவற்றை நுகர்ந்தோம் என்பதைப் பொறுத்தும் மாறுபடுகிறது. எனவே, நோயாளியின் பழைய நிகழ்வுகளை அறிந்துகொள்வது அவசியம். ஈசினோஃபில் அளவைக் கணக்கிடுவதன் மூலம் நோயைக் கட்டுப்படுத்தலாம்.

ஹோமியோபதி சிகிச்சை

இந்த நோயைக் குணப்படுத்த Ars alb, Lyssin, Pothos, Nux Vomica, Merc Sol, Ammonium Carb போன்ற ஹோமியோபதி மருந்துகளைப் பயன்படுத்தலாம்.

25

சைனஸ் தலைவலி

SINUSITIS

தலைப் பகுதியில் நோய்த்தொற்று அல்லது பாதிப்பு ஏற்படுவதை சைனுசைடிஸ் அல்லது சைனஸ் தலைவலி என்று சொல்வார்கள்.

மூக்கைச் சுற்றியுள்ள எலும்புகளின் தொடக்கத்தில் சைனஸ்கள் உள்ளன. மூச்சுக்காற்றை இழுக்கும் பகுதியை இணைக்கும் வகையில், 4 ஜோடி சைனஸ்கள் அமைந்துள்ளன. ஒன்று அல்லது அதற்கு மேற்பட்ட சைனஸ்களில் வடியாத சளி தேங்கியிருந்தால், சைனஸ் பாதிப்பு ஏற்படும். இதன் காரணமாக, மூக்குப் பகுதியில் வீக்கம் ஏற்படுகிறது. இதற்கு ஒவ்வாமை, வைரஸ் தொற்று ஆகியவை காரணமாகிறது.

மூக்கில் ஏற்படும் பாதிப்புகளால், சைனஸ் பகுதியில் சளித் திரவம் தேங்கிவிடுகிறது. சில நேரங்களில், நீச்சல் அல்லது தலையை தண்ணீரில் நனைக்கும்போது, சைனஸுக்குள் தண்ணீர் மற்றும் நுண்கிருமிகள் நுழைகின்றன. இதனால், எரிச்சல் மற்றும் நோய்த்தொற்று ஏற்படுகிறது. சைனஸில் இருந்து வெளியேறாத சளித் திரவத்தால் ஏற்படும் அழுத்தத்தால், வலி உண்டாகிறது.

தடுப்பு

மூச்சுவிடுவதற்கான மருந்துகளைப் பயன்படுத்தும்போது, அது தேங்காமல் பார்த்துக்

கொள்வதன் மூலம் சைனஸ் பாதிப்பு ஏற்படுவதைத் தடுக்க முடியும்.

அறிகுறிகள்

- தலைவலி (தலையின் முன்பகுதி அல்லது கண்களைச் சுற்றி)
- கண்களைச் சுற்றி முக வலி அல்லது நெற்றிப் பகுதியில் வலி
- வாய் அல்லது பற்களின் மேற்பகுதியில் வலி
- காய்ச்சல்
- உடல் பலவீனம்
- கண்களைச் சுற்றிலும் முகத்தில் வீக்கம்

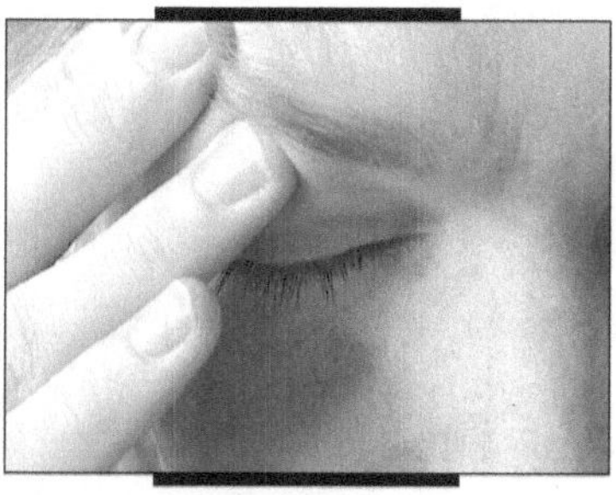

ஆகியவை ஏற்படும்.

கூடுதல் அறிகுறிகள்

- தொண்டைக் கமறல் / தொண்டைப் புண்
- மூக்கு ஒழுகல்
- மூச்சுவிடுவதில் சிரமம்

பரிசோதனை

- ரத்தத்தில் உள்ள வெள்ளை அணுக்களின் எண்ணிக்கை
- சளித் திரவத்தில் பாக்டீரியாக்களின் எண்ணிக்கை
- சைனஸ் அல்லது தலைப்பகுதி எக்ஸ்-ரே, கிரேனியல் சிடி ஸ்கேன், கிரேனியல் எம்.ஆர்.ஐ. சோதனை மூலம் சைனஸ் மற்றும் சைனஸின் தன்மையை அறிய முடியும்.

ஹோமியோபதி சிகிச்சை

இந்த நோயைக் குணப்படுத்த Bell, Kali Bich, Glonine, Nat Mur, Prunus Spinosa போன்ற ஹோமியோபதி மருந்துகளைப் பயன்படுத்தலாம்.

26

கழுத்து வலி

CERVICAL SPONDYLOSIS

கழுத்துப் பகுதியில் உள்ள எலும்புகள் அளவுக்கு அதிகமாக வளர்வதாலும், கழுத்துப் பட்டையில் தசைகளில் ஏற்படும் பாதிப்புகளாலும் கழுத்து வலி ஏற்படுகிறது.

இதன் காரணமாக, ஒன்று அல்லது அதற்கு மேற் பட்ட நரம்புகளின் வேர்ப் பகுதியில் அழுத்தம் ஏற்பட்டு வலி அதிகரிக்கும். வயது அதிகரிப்பது ஒரு முக்கியக் காரணம்.

அறிகுறிகள்

- கழுத்து வலி (கை மற்றும் தோள் பகுதிவரை நீடிக்கும்)
- உணர்வு இழத்தல் அல்லது தோள் பகுதி, கை அல்லது கால் பகுதிகளில் உணர்வுத்தன்மை யில் மாற்றம்
- கைப் பகுதி பலவீனமாக இருத்தல்
- தலையைத் திருப்புவதில் சிரமம்
- குடல் அல்லது பித்தப் கட்டுப்பாட்டை இழத் தல் (முதுகுத் தண்டு வடம் அழுத்தப்படுவதால்)
- நிற்கும்போது சமநிலை யை இழத்தல், காதில் ஏதோ ஒரு சத்தம் கேட்டுக் கொண்டே இருத்தல்

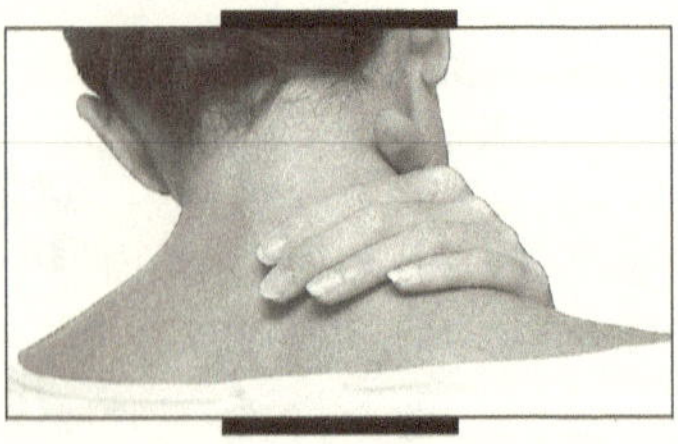

பரிசோதனை

தலையை, தோள் பக்கமாகச் சாய்ப்பதில் உள்ள சிரமம் மற்றும் தலையைச் சுற்றுவதில் உள்ள சிரமம் ஆகியவற்றை அடிப்படையாகக் கொண்டு நோயைக் கண்டறியலாம். பலவீனம் அல்லது உணர்வு இழப்பு ஏற்பட்டால், குறிப்பிட்ட நரம்பு வேர் அல்லது முதுகுத் தண்டில் பாதிப்பு ஏற் பட்டுள்ளதை அறிந்துகொள்ளலாம்.

ஹோமியோபதி சிகிச்சை

இந்த நோயைக் குணப்படுத்த Rhus Tox, Ruta, Sangu, Cimicifuga, Calc Flur Arnica போன்ற ஹோமியோபதி மருந்துகளைப் பயன்படுத்தலாம்.

27

படுக்கையில் சிறுநீர் கழித்தல்

NOCTERNAL ENURESIS

4 முதல் 5 வயதுக்கு மேற்பட்ட குழந்தைகள், தங்களுக்குத் தெரியாமலேயே படுக்கையில் சிறுநீர் கழித்துவிடுவர். இது பொதுவாக இரவு நேரங்களில் நடக்கும்.

சிறுநீர்ப் பை செயல்பாடுகளைத் தங்களது கட்டுப் பாட்டுக்குள் வைத்திருக்கும் வயது, ஒவ்வொரு குழந்தைக்கும் மாறுபடும். பெரும்பாலான குழந்தைகள், சிறுநீர் கழிப்பதற்கு வெளியே செல்ல 3 வயதுக்கு முன் தயாராவதில்லை.

படுக்கையில் சிறுநீர் கழிப்பது என்பது உணர்வுப் பூர்வமான அல்லது உடல் அமைப்பிலான பிரச்னை கிடையாது. பெண் குழந்தைகளைவிட, இரண்டு மடங்கு ஆண் குழந்தைகளுக்கு படுக்கை யிலேயே சிறுநீர் கழிக்கும் பழக்கம் இருக்கும்.

சிறுநீர்ப் பையில் உள்ள கட்டுப்பாட்டுத் திறன் வளராததும், அதிக அளவில் சிறுநீர் இருக்கும் போது அதன் அழுத்தத்தை உணராததுமே இதற்குக் காரணம். இது, சிறுநீர் கழிக்கும் பயிற்சியை முன்கூட்டியே அளிப்பதுடன் தொடர்புடையது.

இதனால், தாற்காலிக அழுத்தம் ஏற்படும். உடல் அளவில் பாதிப்புகள் ஏற்படுவது குறைவாகவே இருக்கும். எனினும், கீழ்ப் பகுதி முதுகுத் தண்டு வடப் பாதிப்பு, சிறுநீர் செல்லும் பகுதியில் தொற்று உருவாதல், நீரிழிவு ஆகியவை ஏற்படும்.

தடுப்பு வழி

குழந்தை தயாராகும் வரை சிறுநீர் கழிப்பதற்கான பயிற்சி அளிப்பதைத் தவிர்க்க வேண்டும்.

அறிகுறிகள்

- விருப்பம் இல்லாமல் சிறுநீர் கழித்தல்
- பொதுவாக இரவு நேரத்தில், மாதத்துக்கு இரண்டு முறை அல்லது அடிக்கடி.

பரிசோதனை

- உடல்ரீதியான பாதிப்பு இல்லை என்பதை உறுதிப்படுத்த, முழு உடல் பரிசோதனை செய்துகொள்ள வேண்டும்.
- சிறுநீர்ப் பரிசோதனை அல்லது சிறுநீர் செல்லும் பாதையில் தொற்று உள்ளதா என்பதை ஆராய எக்ஸ்-ரே பரிசோதனையை மேற்கொள்ள வேண்டும்.

ஹோமியோபதி சிகிச்சை

இந்தப் பிரச்னையைப் போக்க Rhus Tox, Equstrum, Causticum, Arnica, Hypericum, Apocynum போன்ற ஹோமியோபதி மருந்துகளைப் பயன்படுத்தலாம்.

28

மிகை தைராய்டு

HYPER THYROIDISM

உடலில் தைராய்டு ஹார்மோன் அதிக அளவில் சுரந்தால், உடல் அமைப்பில் சமநிலை மாறுபடும். தைராய்டு சுரக்கும் நரம்பு மண்டலம், உடலின் கழுத்துப் பகுதியில் அமைந்துள்ளது. இதில், வளர்ச்சி, ஜீரணம், ஊட்டச்சத்துக்கள் (மெடபாலிசம்) பயன்பாடு ஆகியவற்றை ஒழுங்கு படுத்தும் ஹார்மோன்கள் சுரக்கின்றன. இது, நாளமில்லா அமைப்புகளின் ஒரு பகுதியாகும். ஹார்மோன்களை பிரித்தல் அளவைக் கட்டுப் படுத்தும் பணிகளை தைராய்டு சுரப்பி மேற் கொள்கிறது.

உடலில் தைராய்டு ஹார்மோனின் அளவு அதிகமாக இருந்தால், ஹைபர் தைராய்டிசம் அல்லது மிகை தைராய்டு என்று சொல்வார்கள். இதை, குறிப்பிட்ட நோய் என்று குறிப்பிடாமல், நோய் அறிகுறியாகப் பிரிக்கின்றனர்.

இதற்கான காரணத்தைப் பொறுத்து பாதிப்புகள் இருக்கும். ஆயிரம் பேரில் ஒருவர் என்ற விகிதத்தில் மிகை தைராய்டு பாதிப்பு இருக்கும். தைராய்டு அதிகமாக இருப்பதால் ஏற்படும் பாதிப்புகளைப் பொறுத்து தடுப்பு நடவடிக்கைகளை மேற்கொள்ளலாம்.

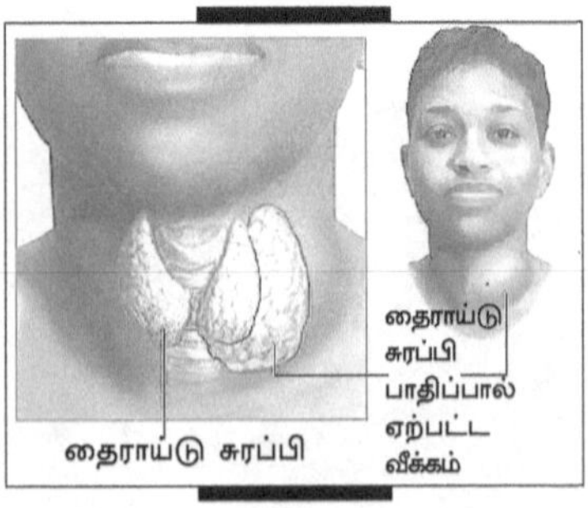

அறிகுறிகள்

- எடை இழப்பு
- பசி அதிகரித்தல்
- சோர்வு / ஓய்வு இல்லாதது போல் தோன்றுதல்
- உடல் வெப்பம் அதிகரித்தல்

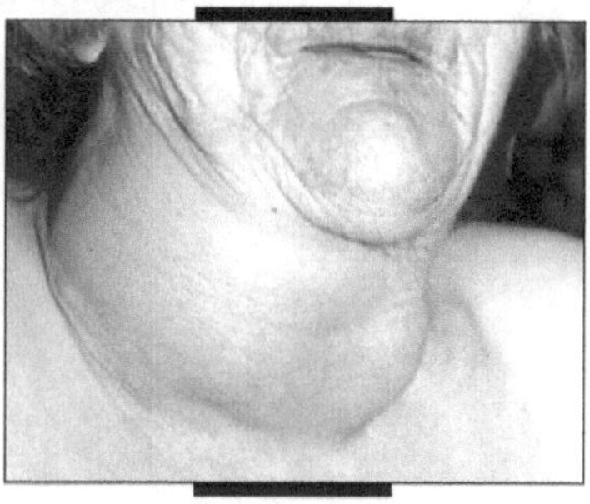

- வியர்வை அதிகரித்தல்
- தசை இறுகுதல்
- அடிக்கடி குடல் நகர்தல்
- பெண்களுக்கு மாதவிலக்கில் சிக்கல்
- உடல் பலவீனம்
- நாக்கு பிரச்னை
- தாகம் அதிகரித்தல்
- கண்ணீர் வழிதல்
- தூக்கத்தில் பிரச்னை
- தோல் பிரச்னை / தோல் நிறம் மாறுதல்
- நாடித் துடிப்பில் மாற்றம்
- வாந்தி
- எரிச்சல்
- முடி விழுதல்
- வயிற்றுப்போக்கு
- ஆண்களுக்கு மார்பகம் வளருதல்
- எலும்பு வலி
- ரத்த அழுத்தம் ஆகியவை கூடுதல் அறிகுறிகளாகும்.

ஹோமியோபதி சிகிச்சை

இந்த நோயைக் குணப்படுத்த Thuja, Iodum, Lapis Alba, Spongia, Calc Carb போன்ற ஹோமியோபதி மருந்துகளைப் பயன்படுத்தலாம்.

29

குறை தைராய்டு

HYPO THYROIDISM

தைராய்டு ஹார்மோன்கள் குறைவான அளவு சுரப்பதே இந்தப் பிரச்னை. கழுத்தின் முன்பகுதியில் குரல்வளைக்கு கீழே தைராய்டு சுரப்பி அமைந்துள்ளது. உடலின் செயல்பாடுகளைக் கட்டுப்படுத்தும் ஹார்மோன்களை சுரக்கச் செய்வது, கால்சியம் சமநிலையை ஒழுங்குபடுத்துவது ஆகிய பணிகளை தைராய்டு சுரப்பி மேற்கொள்கிறது.

இந்த ஹார்மோன்கள் தைராக்சின் (டி4), டிரியாடோத்திரோனின் (டி3) மற்றும் கால்சிடோனின் ஆகியவை ஆகும்.

டி3 மற்றும் டி4 ஹார்மோன்கள் சுரப்பதை பிட்யூட்டரி சுரப்பி மற்றும் மூளையில் உள்ள ஹைப்போதலாமஸ் ஆகியவற்றைக் கொண்ட எக்டோக்ரைன் அமைப்பு கட்டுப்படுத்துகிறது. பிட்யூட்டரி சுரப்பி மற்றும் ஹைப்போதலாமஸ் ஆகியவற்றால் தைராய்டு சுரப்பி ஒழுங்குபடுத்தப் படுவதால், தைராய்டு பிரச்னைகளுக்கு சுரப்பியில் மட்டும் காரணம் இல்லாமல், கட்டுப்பாட்டு முறையில் ஏற்படும் சீர்குலைவுகளும் காரணமாகின்றன.

அதிக அளவில் தைராய்டு ஹார்மோன் சுரப்பதை ஹைப்பர் தைராய்டிசம் என்றும், குறைவான அளவில் ஹார்மோன் சுரப்பதை ஹைப்போதைராய்டிசம் (குறை தைராய்டிசம்) என்றும் சொல்வார்கள்.

குறைவான அளவில் ஹார்மோன் சுரப்பது அல்லது தைராய்டு சுரப்பி குறைவாகச் செயல்படுவதால், பல்வேறு வகையான அறிகுறிகள் தென்படும், ஒட்டுமொத்த உடல் செயல்பாடே பாதிக்கப்படலாம். உடலில் இயல்பான செயல்பாடு குறைந்து மன அல்லது உடல்ரீதியான பிரச்னைகளை ஏற்படுத்தும்.

குறைவான ஹார்மோன் சுரப்பின் ஆரம்பகட்டத்தில், உடலின் நோய் எதிர்ப்பு முறையைப் பாதிக்கும் ஹசிமோட்டோ நோய் ஏற்பட வாய்ப்பு உண்டு அல்லது பிட்யூட்டரி சுரப்பி செயலிழந்து, தைராய்டு சுரப்பியை ஊக்குவிக்கும் ஹார்மோன் சுரக்காத நிலை ஏற்படும் (செகன்டரி ஹைப்போதைராய்டிசம்).

ஆரம்பகட்ட அறிகுறிகள்

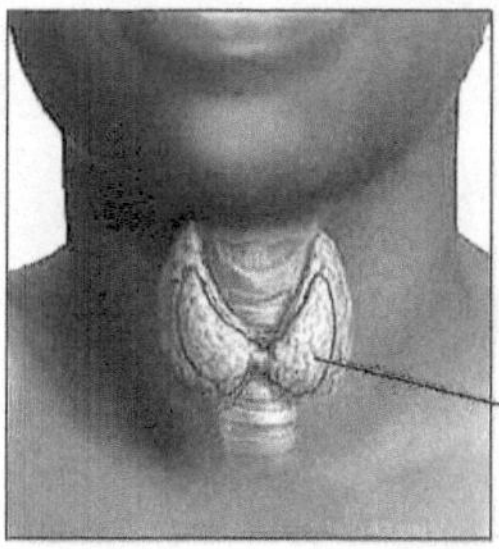

- உடல் பலவீனம் / சோர்வு
- கடுமையான ஜல தோஷம்
- மலச்சிக்கல்
- உடல் எடை அதிகரிப்பு
- மனஅழுத்தம்
- மூட்டு அல்லது தசை வலி
- விரல்நகம் உடைதல்
- முடி மெலிதாதல்

தாமதமான அறிகுறிகள்

- பேச்சு குறைதல்
- தோல் உலர்தல் / தோல் தடிமனாதல்
- முகம், கை, கால் வீங்குதல்
- சுவை உணர்வு குறைதல்
- கண் புருவம் லேசாதல்

- மாதவிலக்கில் சிக்கல்

கூடுதல் அறிகுறிகள்

- நாக்கு பாதிப்பு
- வீக்கம்
- தோல் நிறம் மாறுதல் / புள்ளிகள் ஏற்படுதல்
- தசை வலி
- மாதவிலக்கு நின்றுபோதல்
- மூட்டுப் பிடிப்பு
- காது கேளாமை
- முடி உலர்தல் / முடி விழுதல்
- முக வீக்கம்
- காதில் ஒருவித சப்தம் கேட்டல்
- சோம்பலாக இருத்தல்
- ஆண்களுக்கு மார்பகம் வளருதல்
- ரத்த அழுத்தம்
- மூட்டு இழப்பு
- பாதம், கால் வீக்கம்
- காயம் பட்ட பகுதிகளில் பிளவு
- விழுந்த பல் வளர்வதில் பாதிப்பு

ஆகியவை இருக்கும்.

ஹோமியோபதி சிகிச்சை

இந்த நோயைக் குணப்படுத்த Thyroidinum, Iris Vers, Fucus Vesiculosis, Thuja, Puls, Ign போன்ற ஹோமியோபதி மருந்துகளைப் பயன்படுத்தலாம்.

பேன்

LICE

30

- பெரிய ஒட்டுண்ணி வகையைச் சேர்ந்த பூச்சி, பேன். இது, ஒருவரிடமிருந்து அருகில் உள்ள மற்றொருவருக்கு எளிதில் பரவிவிடும். மூன்று வகையான பேன்கள் உள்ளன.
- தலை பேன், உடல் பேன், பொதுவான பேன் என்பவையே அவை. உடல் பேன் 2 முதல் 3 மில்லிமீட்டர் வரை நீளம் கொண்டிருக்கும். மற்றவை அதைவிடச் சிறிதாக இருக்கும்.
- மனித ரத்தத்தை உறிஞ்சி வாழும். தனது முட்டைகளையும், கழிவுகளையும் தோல் பகுதியின் மேல் விடும். (துணிகளின் மேல் கூட முட்டைகளை இடும்). உடல் பேன், தோல் பகுதியில் ஊர்ந்து செல்வதால் கடுமை யான எரிச்சல் ஏற்படும்.
- உடல் பேன், ரத்தத்தை உறிஞ்சாமல் இருக்கும்போது, ஆடைகளின் மடிப்புப் பகுதிகளில் வாழும். தொற்று பரவியுள்ள ஆடைகளை எடுக்கும் போது, அதிலிருந்து மற்ற நபர்களுக்கு பேன் பரவுகிறது.

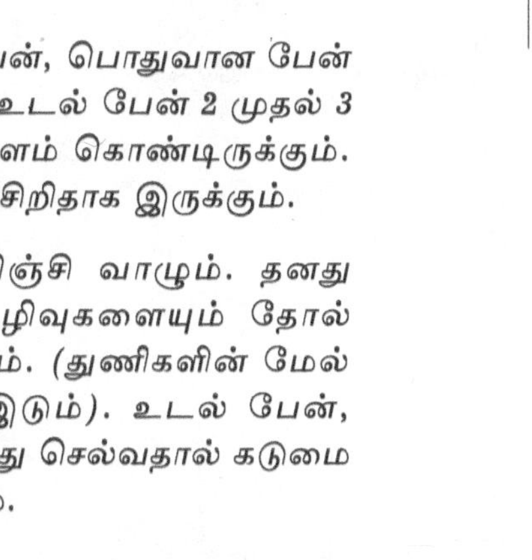

- மேலும், தூங்கும்போதும், ஒருவருக்கு ஒருவர் நேரடித் தொடர்புகொள்ளும்போதும் இந்த பேன் பரவுகிறது.

- மக்கள் கூட்டமாக வாழும்போதும், மோசமான சுற்றுச்சூழல் நிலவும்போதும் வேகமாகப் பரவும். பள்ளிக் குழந்தைகளிடையே இந்தப் பேன் அடிக்கடி பரவும்.

- சுகாதாரமாக இருப்பது, பேன் தாக்கியவர்களுக்கு சிறந்த முறையில் சிகிச்சை அளிப்பது, படுக்கைத் துணிகளை சிறப்பாகப் பேணுவது ஆகியவற்றின் மூலம் பேன் பரவுவதைத் தடுக்க முடியும்.

- பேன் இருப்பதை நேரடியாக பார்ப்பதன் மூலம் கண்டறிய முடியும். பேன் உடல் பகுதியில் மட்டுமே இருந்தாலும், தலைப்பகுதியில் இருக்கிறதா என்பதையும் அறிந்து கொள்ள வேண்டும்.

ஹோமியோபதி சிகிச்சை

இந்தப் பாதிப்பைக் குணப்படுத்த Graph, Thuja, Calc Carb, Apis போன்ற ஹோமியோபதி மருந்துகளைப் பயன் படுத்தலாம்.

31

மாதவிலக்கின்போது வலி

DYSMENORRHOEA

பருவவயதை அடைந்த பெண் குழந்தைகளுக்கு மாதவிலக்கின்போது கடுமையான வலி ஏற்படும். பருவம் அடைந்த 2 அல்லது 3 ஆண்டுகளுக்குப் பிறகு இந்தப் பாதிப்பு ஏற்படும். மாதவிலக்கு தொடங்குவதற்குச் சில மணி நேரம் முன்பாகவே வயிற்றில் பிடிப்பு மற்றும் அடிவயிற்றில் வலி ஏற்படும்.

சிலருக்கு, ஒன்று அல்லது இரண்டு நாள்களுக்கு முன்னதாகவே வலி தொடங்கிவிடும். மாதவிலக்குக் காலத்தில் ஒன்று அல்லது இரண்டு நாள்களுக்கு வலி நீடித்து, பின்பு குறையத் தொடங்கும். இந்த வலி, மிதமாகவோ அல்லது கடுமையாகவோ இருக்கும். மேலும், வாந்தி, குடல் செயல்பாடுகளில் மாற்றம் (மலச்சிக்கல் அல்லது வயிற்றுப்போக்கு) ஆகியவையும் இருக்கும்.

டிஸ்மெனோரியா என்பது பருவ வயதை அடைந்த பெண்களுக்கு ஏற்படும் பொதுவான மகப்பேறு பிரச்னைதான். ஆனால், பெரும்பாலான பெண்களுக்கு உடல் இயக்கமும், உடல் பரிசோதனையின்போதும் இயல்பானதாகவே இருக்கும். இந்த நோய் பாதிப்பால், கர்ப்பப் பை விரிவடைதல், இடுப்புப் பகுதியில் எரிச்சல், சுகப் பிரசவத்தில் பாதிப்பு ஆகியவை ஏற்படும்.

இந்தப் பாதிப்பு ஏற்படாமல் தடுக்க குறிப்பிட்ட வழிகள் எதுவும் இல்லை. பாலியல் மூலமாக

பரவும் நோயின் தாக்கத்தைக் குறைப்பதன் மூலம் இதை ஓரளவு தடுக்கலாம்.

அறிகுறிகள்

- மாதவிலக்குக் காலம் தொடங்குவதற்கு முன்னதாக அடிவயிற்றுப் பகுதியில் பிடிப்பு ஏற்பட்டு வலி ஏற்படுதல்,
- இது ஒன்று அல்லது இரண்டு நாள்களுக்கு நீடித்தல். வாந்தி, வயிற்றுப்போக்கு, மலச்சிக்கல் ஏற்படுதல்.

ஹோமியோபதி சிகிச்சை

இந்தப் பாதிப்பைக் குணப்படுத்த Puls, Colocynthis, Caulophyllum, Mag Phos, Plum Met, Bell போன்ற ஹோமியோபதி மருந்துகளைப் பயன்படுத்தலாம்.

32

பால் ஜீரணக் கோளாறு

MILK INTOLERANCE

சிலருக்கு பாலில் உள்ள இயற்கையான சர்க்கரையை ஜீரணிக்க முடியாத நிலை ஏற்படுவதால், அவர்களால் பால் மற்றும் பாலில் தயாரிக்கப்பட்ட பிற பொருள்களை எடுத்துக் கொள்ள முடியாமல் போகிறது.

பால் மற்றும் அதன் உணவுப் பொருள்களில் லாக்டோஸ் (சர்க்கரை) உள்ளது. சிறுகுடலில் லேக்டோஸை நொதிக்கக்கூடிய பொருள்கள் உற்பத்தி பாதிக்கப்படும்போது, லாலக்டோஸை ஜீரணிக்க முடியாத நிலை ஏற்படுகிறது.

லாக்டோஸ் ஏற்க முடியாத நிலை, இளைஞர்களுக்கு பொதுவானது. இது ஆபத்தானது கிடையாது. 20 வயதானவர்களில் பெரும்பாலோருக்கு லாக்டோஸை ஏற்க முடியாத நிலை ஏற்படும். இது, பிறக்குப்போதே இருந்திருக்கலாம். சிசு மற்றும் சிறு குழந்தைகளுக்கு இது மிகவும் பிரச்னைக்குரியது. ஏனெனில், குழந்தைக்கு உணவாக பாலே அடிப்படையாக உள்ளது. பால் கொடுக்கவில்லை என்றால், கால்சியம், வைட்டமின் டி, ரிபோஃப்லேவின், புரோட்டின் குறைபாடு ஏற்படும். எனவே, குழந்தைகளுக்குப் பால் பொருள்கள் மிகவும் அவசியமானது. இதற்கு மாற்றாக சோயா பொருள்கள் உள்ளன. எனினும், பச்சிளம் குழந்தைகளுக்கு இதை மிகவும் குறைந்த அளவே கொடுக்க வேண்டும்.

வாயுத் தொல்லை, சிலியாக் ஸ்புரூ போன்ற சிறுகுடல் நோய்களாலும், லாக்டோஸை எடுத்துக்கொள்வதில் பிரச்னை ஏற்படும். குழந்தைகளுக்குக் குடல் பகுதியில் மியூகோசல் செல் பாதிக்கப்படுவதன் மூலம், வைரஸ் மற்றும் பாக்டீரியா தொற்று ஏற்பட்டு, தாற்காலிகமாக லாக்டோஸ் எடுத்துக்கொள்வதில் சிக்கல் உண்டாகலாம். இதைத் தடுப்பதற்கான வழி இதுவரை கண்டுபிடிக்கப் படவில்லை. எனினும், லாக்டோஸ் ஜீரண பிரச்னை உள்ளவர்கள், பாலில் தயாரித்த உணவுப் பொருள்களைப் பயன்படுத்துவதை ஒட்டுமொத்தமாகத் தவிர்ப்பது அல்லது குறைப்பதன் மூலம் இதன் பாதிப்பைக் குறைக்கலாம்.

அறிகுறிகள்

- வயிற்றுப் பிடிப்பு / உப்புசம்
- எடை குறைதல்
- வயிறு இறுக்கம்
- ஊட்டச்சத்து பற்றாக்குறை (0-5 வயதுள்ள குழந்தைகளின் வளர்ச்சி பாதிப்பு)
- வாயுத் தொல்லை
- வயிற்றுப்போக்கு
- மலம் துர்நாற்றம் அடித்தல்

குறிப்பு: பாலில் தயாரிக்கப்பட்ட உணவுப் பொருள்களைச் சாப்பிட்டவுடன் அறிகுறிகள் தோன்றும், பால் பொருள் களைக் குறைத்துக்கொண்டால், அறிகுறிகள் உடனடியாகக் குறைந்துவிடும்.

ஹோமியோபதி சிகிச்சை

இந்தப் பாதிப்பைக் குணப்படுத்த Lac Can, Cina, Nux Vomica, Carbo Veg போன்ற ஹோமியோபதி மருந்துகளைப் பயன் படுத்தலாம்.

33

மூக்கில் சளிக்கட்டி

NASAL POLYP

மூக்கில் உருவாகும் சளி கெட்டியாகி சிறு கட்டிபோல் உருவாகும்.

- இது பல்வேறு சூழ்நிலைகளில் உருவாகும்.
- மூக்கின் மேல் பகுதியில் உள்ள எத்மோய்டு சைனஸில் இந்தக் கட்டி தொடங்கும்.
- பிறகு திறந்தவெளிப் பகுதிகளில் வளரும்.
- கட்டி பெரிதாக இருந்தால், மூச்சுக்காற்று உள்ளே செல்வதைத் தடுக்கும்.
- குழந்தைகளுக்கு சளிக்கட்டி உருவானால், வாய்வழியாக மூச்சுவிட வேண்டிய நிலை ஏற்படும்.
- மூக்கில் சளி ஒழுகிக்கொண்டே இருக்கும்.
- ஆஸ்துமா / ஒவ்வாமை / சைனஸ் தொற்று / சிஸ்டிக் பைப்ரோசிஸ்

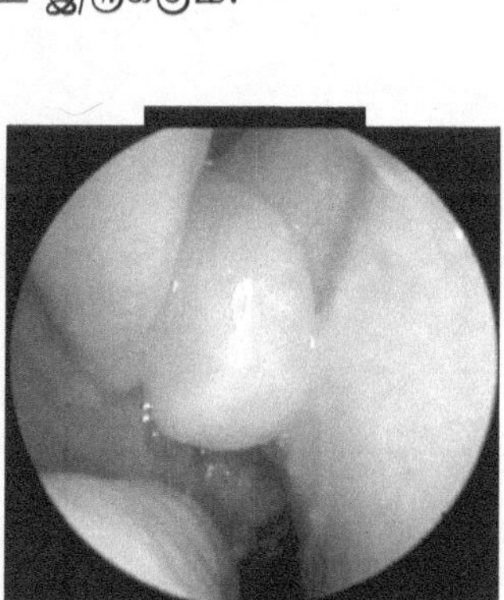

ஆகியவற்றுடன் இந்தக் கட்டி இருக்கும்.

அறிகுறிகள்

- ஆஸ்துமா
- ஒவ்வாமை நோய் (அலர்ஜி)

- சைனஸ் தொற்று
- சிஸ்டிக் பைப்ரோஸில்
- மூச்சு விடும்போது மூக்கில் இருந்து சத்தம் வருதல்
- மூக்கடைப்பு
- வாய் வழியாக மூச்சுவிடுதல்

ஹோமியோபதி சிகிச்சை

இந்தப் பிரச்னையைத் தீர்க்க Thuja, Lamina Minor, Cal Carb, Sticta, Cal Flur போன்ற ஹோமியோபதி மருந்துகளைப் பயன்படுத்தலாம்.

34

கர்ப்பப் பையில் காம்புகள் வளர்தல்

POLY CYSTIC OVARIAN DISEASE (PCOD)

கர்ப்பப் பையில் முழுமை அடையாத ஏராளமான சுரப்பிகள் உருவாவதால் இந்த நோய் ஏற்படுகிறது. அதனால், மாதவிலக்கு ஏற்படாமல் இருத்தல், கர்ப்பப் பையில் பல்வேறு சிறிய கட்டிகள் இருத்தல், குழந்தையின்மை ஆகியவை ஏற்படுகிறது.

கர்ப்பப் பையின் இயல்புக்கு மாறான செயல்பாடுகளால் கர்ப்பப் பையில் பெரிய சுரப்பிகள் உருவாகின்றன. இது முழுமையாக வளர்ச்சி அடையாததால், பெண்களுக்குக் குழந்தையின்மை ஏற்படுகிறது. இந்தச் சுரப்பிகள், சாதாரண கருவை விட 2 முதல் 5 மடங்கு பெரிதாக இருக்கும். இவை, வெள்ளை நிறத்தில் கடினமான மேலுறையைக் கொண்டு அமைந்திருக்கும்.

இந்தச் சுரப்பிகள் இருக்கும் பெண்களுக்கு மாதவிலக்கு நின்றுவிடும் அல்லது சரியான காலத்தில் மாதவிலக்கு ஏற்படாது. எடை அதிகமாக இருக்கும். உடல்பருமனாகக்கூட இருக்கலாம். முகம் மற்றும் உடலில் அதிக அளவில் முடி வளரும். சில பெண்களுக்கு ஆண்களைப் போல் முடி இருக்கும்.

கருப்பையில் சுரப்பிகள் உருவாவதற்கான காரணங்கள் தெளிவாகத் தெரியவில்லை. எனினும், ஈஸ்ட்ரோஜன் உற்பத்தி மற்றும் ஹைப்போதலாமிக்-கருப்பை உருவாவது ஆகியவை காரணமாக இருக்கலாம் என்று கருதப்படுகிறது.

கருப்பையின் இயல்பான செயல்பாடுகளுக்குப் பல்வேறு வகையான ஹார்மோன்கள் காரணமாக அமைகின்றன. இதில், ஒன்று அல்லது அதற்கு மேற்பட்ட ஹார்மோன்கள், சரியான நேரத்தில் சரியான அளவில் உற்பத்தியாவதில் பாதிப்பு ஏற்படும்போது, இதுபோல் சுரப்பிகள் வளரலாம்.

இந்தப் பிரச்னை உள்ள பெண்களின் தாய் அல்லது சகோதரி களுக்கு இதேபோல் பிரச்னை இருக்கும். எனினும், இந்த நோய்க்குப் பரம்பரை ரீதியான காரணங்கள் இருப்பது உறுதிப் படுத்தப்படவில்லை. உரிய அறுவை சிகிச்சை அல்லது மருத்துவச் சிகிச்சையால் கருத்தரிக்க வாய்ப்பு உண்டு.

அறிகுறிகள்

- மாதவிலக்குக் காலங்கள் இயல்புக்கு மாறாக இருத்தல்
- மாதவிலக்கு ஏற்படாமல் இருத்தல் / பொதுவாக, ஒரே முறை ஒன்று அல்லது அதற்கு மேற்பட்ட முறை மாத விலக்கு ஏற்படுதல்
- உடல்பருமன்
- குழந்தையின்மை
- உடலில் அதிக அளவில் முடி வளருதல்
- மார்பகங்களின் அளவு குறைதல்
- பருக்கள் அதிகரித்தல்
- ஆண்களைப் போல் உடலில் முடி வளருதல்

ஹோமியோபதி சிகிச்சை

இந்த நோயைக் குணப்படுத்த Puls, Apis, Platine, Cal carb, Graph, Silicea போன்ற ஹோமியோபதி மருந்துகளைப் பயன்படுத்தலாம்.

35

விரைவாக விந்து வெளியாதல்

PREMATURE EJACULATION

பெண்ணுடன் உடலுறவு கொள்ளும் சில ஆண்களுக்கு, வெகு சீக்கிரமாகவே விந்து வெளியேறிவிடும். இதனால், உடலுறவில் அந்த ஆணுக்கோ, பெண்ணுக்கோ முழுமையான இன்பம் கிடைக்காமல் போயிவிடுகிறது.

இப்படி விரைவாக விந்து வெளியாவதற்கு, உயிரியலே முதன்மைக் காரணம். பொதுவாக, ஆண் முழு இன்பத்தையும் உணரும்போதுதான் விந்து வெளியேற வேண்டும். அதாவது, பெண் உறுப்புக்குள் ஆண் உறுப்பைச் செலுத்தி 2 முதல் 3 நிமிடங்களுக்குப் பிறகுதான் விந்து வெளியேற வேண்டும். பெண்கள் உச்சநிலையை அடைய, உடலுறவு தொடங்கி 12 முதல் 14 நிமிடங்கள் ஆகும். எனினும், பெரும்பாலான பெண்கள் உச்சநிலையை அடைவதில்லை.

குறிப்பாக, பெண் உறுப்புக்குள் ஆண் உறுப்பு ஊடுருவிச் செல்லும்போது உச்சநிலை கிடைப்பதில்லை. எனவே, பெண்கள் உச்சநிலையை அடைய வேறுவிதமான பாலியல் தூண்டல்கள் தேவைப்படுகின்றன. பொதுவாக, பெண்களில் 10 சதவீதம் பேர் எந்தவிதமான ஊக்குவிப்புகளாலும் உச்சநிலையை அடைவதில்லை என்று கணக்கிடப்பட்டுள்ளது. ஆண்கள் தாங்கள் செய்வதைத் தவறு என்று நினைக்கும்போது (திருமணத்துக்கு முன் உடலுறவு கொள்ளுதல் அல்லது பல்வேறு பெண்களுடன் உடலுறவு கொள்வதைத் தவறு என்று நினைக்க வாய்ப்பு

உண்டு) உளவியல் ரீதியாகவும், அச்சம்கொள்வதால் (கர்ப்பம் ஏற்பட்டுவிடும் என்ற பயம், பாலியல் மூலம் நோய் பரவுதல் அல்லது யாராவது பார்த்துவிடுவார்களோ என்ற அச்சம்), தனது செயல் மீது பயம் (குறிப்பாக, அனுபவம் இல்லாதபோது, இருவருமே புதிதாக இருக்கும்போது) ஆகிய காரணங்களால் முன்கூட்டியே விந்து வெளியாவ தற்கு வாய்ப்புகள் உள்ளன.

ஆண்களும், தம்பதிகளும் அடிக்கடி சொல்லும் குறைபாடு, முன்கூட்டியே விந்து வெளியாகும் பிரச்னைதான். அதிலும், பருவ வயதினர், பருவ வயதை அடைந்த இளையவர் களுக்குப் பொதுவாக இந்தப் பிரச்னை இருக்கும். பாலியல் அனுபவமின்மை, பொதுவாக ஆண் மற்றும் பெண் பாலியல் செயல்பாடுகள் குறித்த அறியாமை, உளவியல் ரீதியான காரணங்கள் (பயம், குற்றஉணர்வு, பீதி) ஆகிய வற்றால் பாதிப்பு அதிகரிக்கிறது. பாலியல் செயல்பாடு களுக்கு முன் ஆண், பெண் இருபாலருமே இயற்கையான உடலுறவு செயல்பாடுகள் குறித்து அறிந்துகொள்வதன் மூலம், இந்தப் பாதிப்புகளைத் தடுக்க முடியும்.

கீழ்க்கண்ட சூழ்நிலைகளில், பாலியல் செயல்பாடுகளில் தம்பதியர் ஈடுபட்டால், முன்கூட்டியே விந்து வெளியாவது குறைய வாய்ப்பு உண்டு:

ஒருவருக்கொருவர் முன்கூட்டியே தெளிவாக அறிந்து கொள்ளுதல், ஒருவருக்கொருவர் இடையூறு இல்லாமல் பேசுதல், இருவருமே சம்மதித்தல், அவசரம் காட்டாமல் இயல்பாக மேற்கொள்ளுதல், தனிமையை ஏற்படுத்திக் கொள்ளுதல், ஒருவருக்கொருவர் புரிந்து, பேசி அதற்கேற்ப செயல்படுதல்.

தனி நபரோ அல்லது தம்பதியோ தாங்கள் விரும்புவதற்கு முன்னதாகவே விந்து வெளியேறலாம். (இது ஆண் உறுப்பை ஒரு குறிப்பிட்ட அளவு செலுத்துவதற்கு முன்போ அல்லது தம்பதி முழுத் திருப்தி அடைந்த பிறகோ ஏற்படலாம்).

ஹோமியோபதி சிகிச்சை

இந்தப் பிரச்னையைத் தீர்க்க Stahy, Agnus Castus, Acid Phos, Caladium, Lucopodium போன்ற ஹோமியோபதி மருந்து களைப் பயன்படுத்தலாம்.

குழந்தையின்மை

INFERTILITY

36

பெண்ணுக்கு கர்ப்பம் தரிக்க முடியாத நிலை ஏற்படுவதை குழந்தையின்மை என்று சொல்வார்கள். ஆரம்பகட்ட குழந்தையின்மை என்பது, தம்பதி குறைந்தது ஓர் ஆண்டுக்கு உடலுறவு கொண்டபோதும் ஒருமுறைகூட கர்ப்பம் தரிக்க முடியாத நிலை ஏற்படுவதைக் குறிக்கும். இரண்டாவது நிலை குழந்தையின்மை என்பது, தம்பதிக்கு முன்னதாக ஒரு முறை கர்ப்பம் ஏற்பட்டு, மீண்டும் கர்ப்பம் ஏற்படாமல் இருப்பது.

குழந்தையின்மைக்கு உடல்ரீதியான மற்றும் மனரீதியான காரணங்கள் உள்ளன. ஒட்டு மொத்தமாக உள்ள குழந்தையின்மை விவகாரங்களில், 30 முதல் 40 சதவீதம் தம்பதிக்கு ஆண்களே காரணமாக உள்ளனர். (அதாவது, முன்கூட்டியே விந்து வெளியாதல், ஆண்மையற்று இருத்தல், ஹார்மோன் குறைபாடு, சுற்றுச்சூழல், பாலியல் மூலம் நோய் பரவும் அச்சம், விந்தணுக்களின் அளவு குறைவாக இருத்தல் போன்றவை).

40 முதல் 50 சதவீத குழந்தையின்மைக்குப் பெண்கள் காரணமாக உள்ளனர். (உதாரணமாக, பாலியல் மூலம் நோய் பரவும் அச்சம், கருமுட்டை வெளியாவதில் பிரச்னை, ஊட்டச் சத்து குறைபாடு, ஹார்மோன் சமநிலையற்று இருத்தல், கருப்பை அல்லது கர்ப்பப் பையில் புற்றுநோய், இடுப்புப் பகுதியில் தொற்று).

மீதம் உள்ள 10 முதல் 30 சதவீதம், இரு தரப்பினருமே காரணம் அல்லது உண்மையான காரணத்தைச் சரியாகக் கண்டறிய முடியாதது.

10 முதல் 20 சதவீத தம்பதிக்கு, ஓராண்டுக்குக் கர்ப்பம் தரிப்பதற்கான முயற்சி மேற்கொண்டும் கர்ப்பம் ஆகாமல் போக வாய்ப்பு உண்டு. கர்ப்பம் ஆவதற்கான வாய்ப்புகள் ஆரோக்கியமான இளம் தம்பதிகளில் (அடிக்கடி உடலுறவு கொள்பவர்களில்) 25 முதல் 30 சதவீதம் பேருக்கு மட்டுமே உண்டு.

குழந்தையின்மைக்கு அதிக வாய்ப்பு உள்ள காரணங்கள்

- பல்வேறு நபர்களுடன் உடலுறவு கொள்ளுதல் (இதனால் பாலியல் ரீதியான நோய்கள் பரவுவதற்கு வாய்ப்புகள் அதிகம்)
- பாலியல் ரீதியாக பரவும் நோய்கள் இருத்தல்
- ஏற்கெனவே இடுப்புப் பகுதியில் நோய் ஏற்பட்டிருத்தல்
- ஆண்களுக்கு விரைப் பாதிப்புகள் இருத்தல், சாப்பிடு வதில் பிரச்னை (பெண்கள்)
- மாதவிலக்குப் பிரச்னை
- நீரிழிவு போன்ற நீடித்து இருக்கக்கூடிய நோய்

தடுப்பு நடவடிக்கைகள்

- பாலியல் ரீதியாகப் பரவும் நோய்கள் காரணமாகவே குழந்தையின்மை பிரச்னை ஏற்படுகிறது. எனவே, பாது காப்பான உடலுறவு கொள்வதன் மூலம், எதிர்காலத்தில் குழந்தையின்மை பாதிப்பைத் தவிர்க்க முடியும்.
- கொனோரியா, க்லாமியிடா போன்ற பாலியல் ரீதியாகப் பரவும் நோய்களாலேயே குழந்தையின்மை ஏற்படுவ தாகக் கருதப்படுகிறது. இந்த நோய், ஆரம்பத்தில் அறிகுறியே இல்லாமல் இருக்கும்.
- பிஐடி அல்லது சால்பின்ஜிடிஸ் உருவாவதால் நோய் தெரியும். இந்த நடவடிக்கைகளால், மகப்பேறு ஏற்படு வது குறைகிறது.

- தடுப்பு ஊசியால் தாளம்மை ஏற்படுவதைத் தடுக்க முடியும், அது தொடர்பாக ஆண்களுக்கு ஏற்படும் பிரச்னைகளும் கட்டுப்படும்.
- பிறப்பைக் கட்டுப்படுத்தும் சில வகையான செயல் பாடுகளால், எதிர்காலத்தில் குழந்தையின்மை ஏற்படு வதற்கு வாய்ப்பு உள்ளது.

ஹோமியோபதி சிகிச்சை

இந்தப் பிரச்னயைத் தீர்க்க Bufo, Lycopodium, Puls, Nat Mur, Ignitia போன்ற ஹோமியோபதி மருந்துகளைப் பயன் படுத்தலாம்.

37

உள் நாக்கு (சதை) வளர்ச்சி

TONSILITIS

அடிநாக்கு (உள்நாக்கு) மற்றும் தொண்டைப் பகுதியில் ஏற்படும் பாதிப்புதான் அடிநாக்கு சதை வளர்ச்சி. அடிநாக்கு, வாயின் பின்பகுதியிலும், தொண்டையின் மேல் பகுதியிலும் இருக்கும். உடலில் பாதிப்பை ஏற்படுத்தும் பாக்டீரியா மற்றும் பிற நுண்ணுயிர்களைக் கண்டறிந்து வெளியேற்றும் பணியை இது மேற்கொள்கிறது. பாக்டீரியா அல்லது வைரஸ் அதிகரிப்பதால், இதில் வீக்கம் ஏற்பட்டு எரிச்சல் உண்டாகும். இதன் தொற்று, தொண்டை மற்றும் அதைச் சுற்றியுள்ள பகுதிகளிலும் இருக்கும்.

அடிநாக்கு சதை வளர்ச்சி என்பது பொதுவாக ஏற்படும் நோய். அதிலும், குழந்தைகளுக்கு அதிக அளவில் ஏற்படும்.

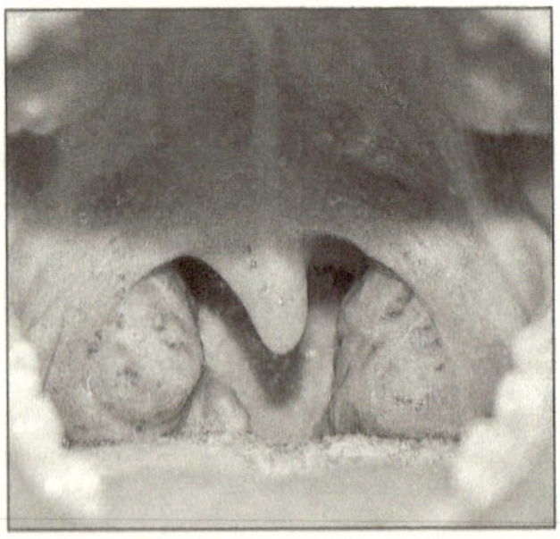

அறிகுறிகள்

- தொண்டைப் புண் அல்லது வலி

  - 48 மணிநேரத்துக்கும் மேல் இருத்தல்

  - கடுமையாக இருக்கவும் வாய்ப்பு உண்டு
- விழுங்குவதில் சிரமம்
- தலைவலி / காய்ச்சல் / குளிர் அடித்தல்

- வாய் மற்றும் தொண்டைப் பகுதி பலவீனமாக இருத்தல்
- குரல் மாற்றம் / குரல் இழப்பு

ஹோமியோபதி சிகிச்சை

இந்தப் பாதிப்பைக் குணப்படுத்த Bell, Baryta Carb, Baryta Mur, Agraphis, Merc Sol, Hepar Sulph, Silicea போன்ற ஹோமியோபதி மருந்துகளைப் பயன்படுத்தலாம்.

38

சிறுநீர்க் குழாய் இறுக்கம்

SYPHILIS

உடலில் இருந்து சிறுநீரை வெளியேற்றும் குழாய் நெகிழ்வுத் தன்மையை இழந்துவிடு வதைத்தான் சிறுநீர்க் குழாய் இறுக்கம் என்று சொல்வார்கள். இது, சிறுநீர்க் குழாய் அல்லது புராஸ்டேட் அறுவை சிகிச்சை, நோய் அல்லது காயத்தால் திசுக்கள் பாதிக்கப்படுவதால் ஏற்படும்.

சிறுநீர்க் குழாய்க்கு வெளியே கட்டி உருவாகி அது பெரிதாக மாறும்போதும் இந்தப் பாதிப்பு ஏற்படும். எனினும், இதற்கான வாய்ப்பு குறைவு. பாலியல் மூலம் பரவும் நோய் உள்ளவர்கள், யுரித்ரிடிஸ் அடிக்கடி ஏற்படும் ஆண்களுக்கு இது ஏற்படுவதற்கான வாய்ப்புகள் அதிகம்.

இடுப்பகப் பகுதியில் காயம் அல்லது படுகாயம் ஏற்பட்டாலும், சிறுநீரகக் குழாயில் இறுக்கம் ஏற்படுவதற்கு வாய்ப்புகள் உள்ளன.

தற்காப்பு

- பாதுகாப்பான பாலியல் செயல்பாடுகளை மேற்கொள்வதன் மூலம், பாலியல் ரீதியாகப் பரவும் நோய்கள் குறைந்து, சிறுநீர்க் குழாய் இறுக்கம் ஏற்படுவது தடுக்கப்படும்.
- சிறுநீர்க் குழாய் இறுக்கத்துக்கு ஆரம்பத்தி லேயே சிகிச்சை அளிப்பதன் மூலம், சிறுநீரகம் அல்லது சிறுநீர்ப் பையில் பாதிப்பு அல்லது காயம் ஏற்படுவதைத் தடுக்க முடியும்.

அறிகுறிகள்

- டிசுரியா (சிறுநீர்க் கழிக்கும் போது வலி)
- சிறுநீர் கழிப்பதில் சிக்கல்
- சிறுநீர் வெளியேறும் வேகமும், அளவும் குறைதல்
- அவசரமாக சிறுநீர் வெளியேறுதல்
- விந்து மற்றும் சிறுநீரில் ரத்தம் கலந்து வருதல்
- இடுப்பு / அடிவயிற்றில் வலி
- ஆண் குறியில் வீக்கம்

ஆகியவை இருக்கும்.

ஹோமியோபதி சிகிச்சை

இந்த நோயைக் குணப்படுத்த Lyco, Staphy, Cantharis, Thuja Nux Vomica போன்ற ஹோமியோபதி மருந்துகளைப் பயன்படுத்தலாம்.

39

நீடித்த இரைப்பை அழற்சி

GASTRITIS

- வயிற்றைச் சுற்றிலும் உள்பக்கமாக கொஞ்ச மாக கொஞ்சமாகப் புண் ஏற்படுவது.
- எரிச்சலைக் கட்டுப்படுத்துவதற்காக, சுத்தப் படுத்தப்படாத மருந்துகளைப் பயன்படுத்து வது.
- ஹாலிகோபாக்டர் பைலோரி பாக்டீரியாவால் தொற்று ஏற்படுதல்,
- சுயமாக நோய் எதிர்ப்புச் சக்தி உருவாவதில் பாதிப்பு.
- நீடித்த ரிப்லக்ஸ்

போன்ற காரணங்களால், நீண்டகால எரிச்சலான நீடித்த இரைப்பை அழற்சி ஏற்படும்.

இந்த நோய் தாக்கியவர்களில் பெரும்பாலா னோருக்கு அறிகுறி எதுவும் இருக்காது. கடுமை யான ரத்த சோகை, ரத்த அமைப்புகளில் பாதிப்பு போன்றவற்றால் இந்தப் பாதிப்பு ஏற்படுவதற் கான வாய்ப்பு அதிகம். 10 ஆயிரம் பேரில் இருவருக்கு இந்தப் பாதிப்பு ஏற்படும்.

தடுப்பு நடவடிக்கைகள்

ஆஸ்பிரின் அல்லது என்.எஸ்.ஏ.ஐ.டி. மருந்து களைத் தவிர்ப்பது நல்லது.

அறிகுறிகள்

- மேல் வயிற்றில் வலி (சாப்பிடும்போது அதிகரிக்கலாம்)
- அஜீரணம் / பசியின்மை
- வாந்தி உணர்வு / வாந்தி
- ரத்தம் அல்லது காபி நிறத்தில் வாந்தி
- மலம் கட்டியாக இருத்தல்

குறிப்பு: அறிகுறிகள் தெரியாமலேயே இருக்கவும் வாய்ப்பு உண்டு.

ஹோமியோபதி சிகிச்சை

இந்த நோயைக் குணப்படுத்த Nux Vomica, Carbo Veg, Cal Carb, Lyco, Acid Sulph போன்ற ஹோமியோபதி மருந்துகளைப் பயன்படுத்தலாம்.

40

முன் சிறுகுடல் புண்
(இரைப்பைக் குடல் புண்)
DEUODINAL ULCER

முன் சிறுகுடல் புண் என்பது ஒருவகையான இரைப்பை நோயாகும். இது, வயிற்றில் உருவாகும் அமிலம் மற்றும் நொதித்தல் - பிரித்தலுக்கு இடையே ஏற்படும் சமநிலையற்ற தன்மையால் ஏற்படுகிறது. ஆஸ்பிரின் அல்லது என்.எஸ்.ஏ.ஐ.டி. மருந்துகளாலும் எரிச்சல் ஏற்படலாம்.

முன்சிறுகுடல் புண், வயிற்றில் பாக்டீரியா நுண்கிருமிகள் தொற்றுடன் தொடர்புடையதாக இருக்கும். சிகரெட் புகைப்பதால்கூட இது ஏற்படும்.

அறிகுறிகள்

- இரவு நேரங்களில் வயிற்று வலி ஏற்படத் தொடங்கும்.
- பால் குடிப்பதால் குறையும்.
- சாப்பிட்டு முடித்து இரண்டு அல்லது 3 மணி நேரத்துக்குப் பிறகு வலி தொடங்கும்.
- சாப்பிடாமல் இருப்பதால் தீவிரமாகும்.

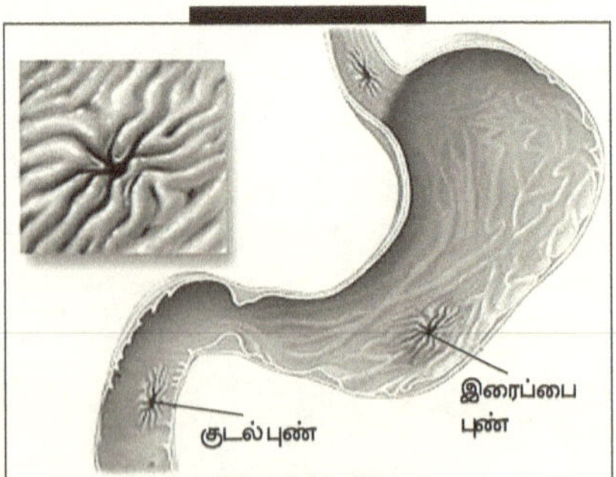

- வாந்தி உணர்வு / வாந்தி.
- எடை குறைதல்.
- களைப்பாக இருத்தல்.
- தார் போன்ற கருப்பு நிறத்தில் மலம் வெளியேறுதல்.

குறிப்பு: அறிகுறிகள் இல்லாமலேகூட போகலாம்.

கூடுதல் அறிகுறிகள்

- ரத்த வாந்தி
- மலத்தில் ரத்தம்
- நெஞ்சு எரிச்சல்
- மார்பு வலி
- ஏப்பம்
- அஜீரணம்

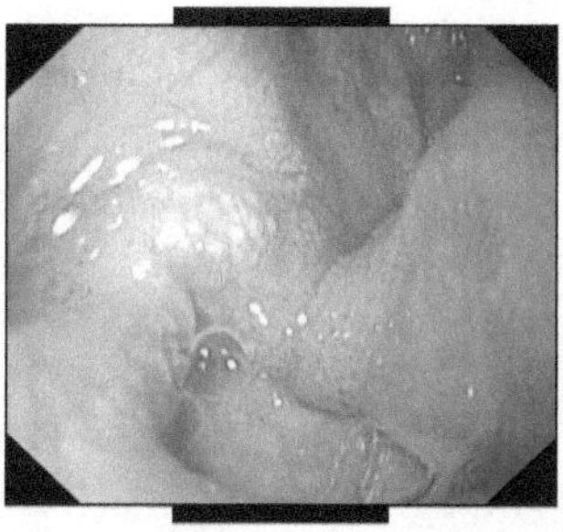

ஹோமியோபதி சிகிச்சை

இந்த நோயைக் குணப்படுத்த Robenia, Anti Crud, Nux Vomica, Carbo Veg, Cal Carb, Lyco, Acid Sulph போன்ற ஹோமியோபதி மருந்துகளைப் பயன்படுத்தலாம்.

41

மார்பகப் புற்றுநோய்

BREAST CANCER

மார்புப் பகுதியில் உள்ள திசுக்களில் புற்றுபோல் உருவாகும் நோய் இது. பெரும்பாலும், நாளத்தில் புற்றுநோய் தொடங்கி வளரத் தொடங்கும். மற்றொரு வகை, நுண்ணறையில் தொடங்கி வளரும்

மார்பகப் புற்றுநோய் ஆண், பெண் என இரு பாலருக்கும் ஏற்படும். எனினும், பெரும்பாலும் பெண்களுக்கு ஏற்படுகிறது. 30 வயதுக்குப் பிறகு மார்பகப் புற்றுநோய் வருவதற்கான வாய்ப்புகள் அதிகம்.

அண்மையில், மார்பகப் புற்றுநோய்க்கு பிஆர்சி1, பிஆர்சி2 ஆகிய இரண்டு ஜீன்கள் காரணமாக இருப்பதாக கண்டறியப்பட்டுள்ளது. மற்ற காரணங்களாக,

- உடல் பருமன்
- முன்கூட்டியே பருவம் அடைதல் / காலம் கடந்து பருவம் அடைதல் (55 வயதுக்குப் பிறகு)
- கர்ப்பம் அடையாமல் இருத்தல் அல்லது 30 வயதுக்குப் பிறகு முதல் கர்ப்பம் தரித்தல்

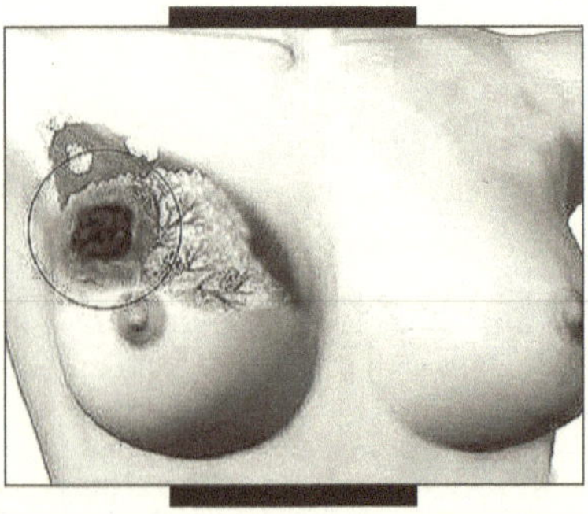

- பரம்பரையாக, குடும்பத்தினருக்கு ஏற்கெனவே மார்பகப் புற்றுநோய் இருத்தல்
- கடந்த காலங்களில் மார்பகப் புற்றுநோய் ஏற்பட்டிருத்தல்
- கருப்பைப் புற்றுநோய் / சிறுநீர்ப் பை புற்றுநோய்

போன்ற காரணங்களாலும் புற்றுநோய் வருவதற்கான வாய்ப்பு உண்டு.

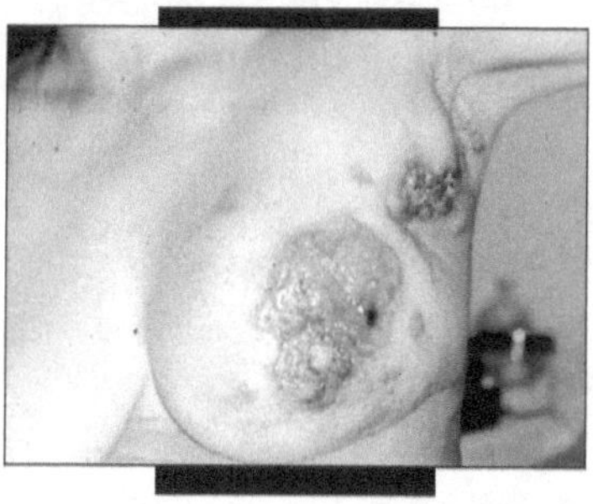

- போஸ்ட் மெனோபாசல் ஈஸ்ட்ரோஜன் தெரபி மற்றும் ஓரல் கான்ட்ராசெப்டிவ் பயன்பாடு ஆகியவையும் புற்றுநோய்க்கான காரணங்களாகச் சொல்லப்படுகின்றன. ஆனால், இது அண்மைக் கால ஆய்வுகளில் உறுதிப் படுத்தப்படவில்லை.
- ஒருவரின் உணவுப் பழக்கவழக்கம்கூட சில வகையான புற்றுநோயை ஏற்படுத்தும் என்று ஆய்வுகள் தெரிவிக்கின்றன.
- அதிக அளவிலான கொழுப்பு உள்ள உணவுப் பொருள்களைச் சாப்பிடும் பெண்களுக்கு அதிக அளவில் மார்பகப் புற்றுநோய் வரும் என்று கண்டறியப்பட்டுள்ளது.
- அதிக எடையுடைய வயதான பெண்களுக்கும் புற்றுநோய் வரக்கூடும்.
- குறைவான கொழுப்பு கொண்ட உணவுப் பொருள்கள், அதிக அளவில் பழங்கள் மற்றும் காய்கறிகள் கொண்ட சரிவிகித உணவுப் பொருள்களைச் சாப்பிடுதல், எடை அளவைப் பராமரித்தல் போன்றவற்றால், புற்றுநோய் வரக்கூடிய வாய்ப்பைக் குறைக்கலாம்.
- மதுபானம் அருந்தும் பெண்களுக்கு மார்பகப் புற்றுநோய் வருவதற்கான வாய்ப்புகள் அதிகம்.
- புற்றுநோய் ஏற்படுவதற்கான பெரும்பாலான காரணிகளைக் கட்டுப்படுத்த முடியாது. எனவே, புற்றுநோய்க்

கான காரணிகளை முழுமையாக நீக்கிவிடுவதே சிறந்தது. மேலும், முன்கூட்டியே நோயைக் கண்டறிதல், நோய் தொடங்கியவுடன் சரியான சிகிச்சையை மேற்கொள்ளுதல் போன்றவை பலன் தரக்கூடியவை.

- தொடக்கத்திலேயே, அதாவது 20 வயதிலேயே மார்பகங்களை அடிக்கடி ஆய்வுசெய்தல், 40 வயதுக்குப் பிறகு மார்பக ஊடுகதிர் சோதனை மேற்கொள்ளுதல் ஆகியவற்றின் மூலம் நோயைக் கண்டறிந்து தடுக்கலாம்.

அறிகுறிகள்

- மார்பகம் பெரிதாகத் தெரிவது
- வலி இல்லாமல், கடினமாக மாறுதல்
- மார்பகங்களின் அளவு அல்லது வடிவம் மாறுதல்
- அக்குள் பகுதி பெரிதாக மாறுதல்
- முலைக் காம்பில் இருந்து அதிக அளவில் திரவம் வெளியேறுதல். (பொதுவாக, ரத்தம் அல்லது மஞ்சள் நிறத் திரவம்)
- மார்பகப் பகுதியில் உள்ள தோலின் நிறம் மாறுதல் (ஆரஞ்சு அல்லது சிவப்பு)
- தோலில் புண் ஏற்படுதல்
- முலைக்காம்பின் தோற்றம் மாறுதல் மற்றும் எரிச்சல்
- எலும்பு வலி
- எடை குறைதல்
- கை வீக்கம்
- மார்பு வலி
- ஆண்களுக்கு மார்பகம் பெரிதாக வளர்தல்

ஹோமியோபதி சிகிச்சை

இந்த நோயைக் குணப்படுத்த Asteria Rubrans, Thuja, Badiaga, Calc Flur, Buforena போன்ற ஹோமியோபதி மருந்துகளைப் பயன்படுத்தலாம்.

மாதவிலக்கு நின்றுபோதல் (மெனோபோஸ்) 42

MENOPAUSE COMPLICATIONS

பெண்களின் வாழ்க்கையில் ஏற்படும் மிகப் பெறும் மாற்றம் மெனோபாஸ். இந்தக் காலக் கட்டத்தில், கருப்பையில் முட்டை உருவாவது தடுக்கப்படும். மாதவிலக்குச் செயல்கள் குறையும் அல்லது முற்றிலும் நின்றுவிடும்.

- பெண் ஹார்மோன்களான ஈஸ்ட்ரோஜென், புரொஜெஸ்டீரான் உற்பத்தி குறையும்.
- பெண்கள் வாழ்க்கையின் இயற்கையான நிகழ்வான மாதவிலக்கு நிற்பது 40 முதல் 55 வயதுக்குட்பட்ட வயதில் நடைபெறும்.
- மாதவிலக்கு நிற்கும் காலத்தில் கரு முட்டை உற்பத்தி நின்றுவிடும். இனப்பெருக்க செயல் பாடுகள் நீங்கிவிடும். மாதவிலக்கு குறையும் அல்லது நின்றுவிடும்.
- சில பெண்களுக்கு, மாதவிலக்குச் செயல்பாடுகள் திடீரென நின்றுவிடும். மாதவிலக்கின் கால அளவு, குறைவான காலம் அல்லது நீண்ட கால இடைவெளியில் இருக்கும்.
- இந்தச் சமநிலையற்ற தன்மை 2 அல்லது 3 ஆண்டுகள் நீடித்து பிறகு முற்றிலும் நின்றுவிடும்.

அறிகுறிகள்

- ஈஸ்ட்ரோஜென் அளவு மாறுவதால், மாதவிலக்கு நிற்கும் நிலை ஏற்படும். கருப்பை

செயல்பாடு குறைந்து ஈஸ்ட்ரோஜென் உற்பத்தி குறையும். அதற்கு ஏற்றபடி உடலின் செயல்பாடு அமையும். இதில், சில பெண்கள் சாதாரண அறிகுறியையும், சில பெண்கள் கடுமையான உணர்வுகளையும் உணர்வார்கள். இந்த வேறுபாடு பொதுவானது.

- மனநிலையில் மாற்றம் மற்றும் பாலியல் பணிகளைச் சரியாக மேற்கொள்ளாமை ஆகியவற்றால்கூட மெனோபாஸ் ஏற்பட்டு ஹார்மோன் அளவைக் குறைக்கும். எனினும், வெப்பப் பருவம் மற்றும் பெண் உறுப்பில் உலர்தன்மை ஏற்படும். இதோடு மேலும் பல பக்க விளைவுகள், பல மாதங்கள் அல்லது ஆண்டுகளுக்கு தெரியாது.

அறிகுறிகள்

- உடலின் வெப்பம் அதிகரித்தல்
- தோலில் மாற்றம்
- மனநிலை மாற்றம்
- பாலியல் உணர்வு குறைதல்
- காலம் மாறி மாதவிலக்கு ஏற்படுதல்
- பெண் உறுப்பு உலர்ந்து காணப்படுதல்

ஹோமியோபதி சிகிச்சை

இந்தப் பிரச்னைக்கு Puls, IGN, Nat Mur, Sepia, Calc Carb ஆகிய ஹோமியோபதி மருந்துகளைப் பயன்படுத்தலாம்.

முகப்பரு

ACNE

43

முகத்தில், தோலின் புள்ளிகளில் வெளியாகும் தடிமனான அமைப்பு பரு. பொதுவாக, இளமைப் பருவத்தில் உள்ள ஆண்களுக்கு ஏற்படும். எனினும், இரு பாலருக்கும் எந்த வயதிலும் ஏற்படக் கூடியது.

பருவ வயதை அடையும்போது முகப்பரு ஏற்படத் தொடங்கி, சில ஆண்டுகளுக்கு நீடித்திருக்கும். வளர் இளம் பருவத்தைச் சேர்ந்த நான்கில் ஒருவருக்கு இது அதிக அளவில் இருக்கும். ஹார்மோன் மாற்றம் காரணமாக, சுரப்பிகளைத் தோல் ஊக்குவிப்பதால் இது ஏற்படுகிறது.

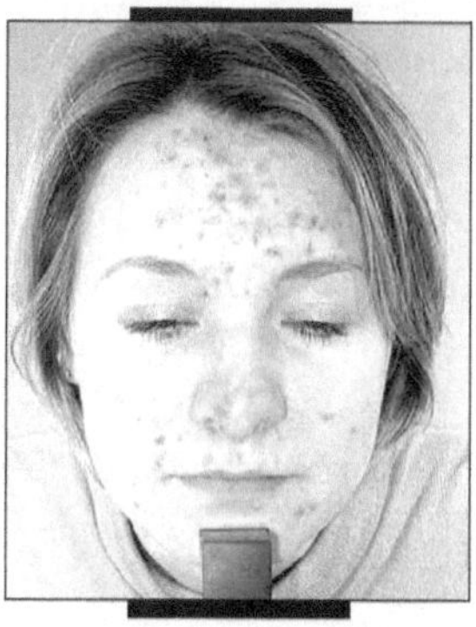

தோலில் முடி வளரும் பகுதியில் எண்ணெய் உற்பத்திப் பணிகள் தடுக்கப்படும்போது இந்தப் பரு உருவாகிறது. ஏனெனில், எண்ணெய் மற்றும் தோல் செல்கள் வெளியேறுவதற்கு முன்பாகவே இந்த உற்பத்தி நடைபெறுகிறது. இந்த மேல் பகுதியே வெள்ளை நிறமாக அல்லது கருமை நிறமாக மாறக் காரணமாகிறது.

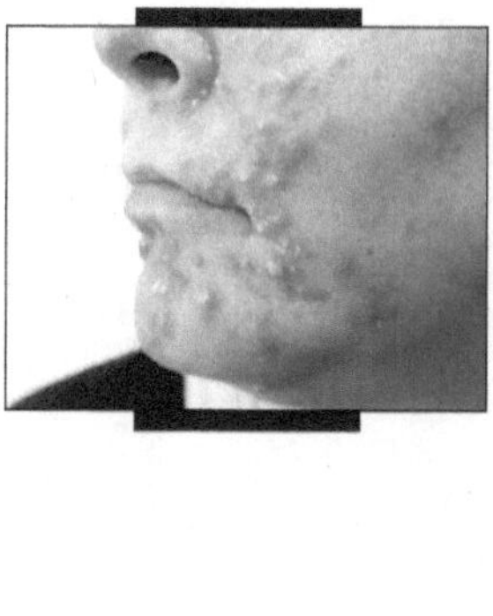

தோலின் மேல் பகுதியில் எண்ணெய், இறந்த தோல் செல்கள்

மற்றும் பாக்டீரியா ஆகியவை தோலுக்குள் புகுந்து இந்தப் பருக்கள் உற்பத்தியாகின்றன.

இந்தத் தொற்றுப் பகுதிகள் ஆழமாக இருந்தால், கட்டியைப் போல் பெரிதாக மாறுகின்றன. எண்ணெய்ச் சுரப்பி தொடர்ந்து தேவைக்கும் அதிகமாக வேலை செய்யும்போது, வழுவழுப்பான கட்டிகள் உருவாகின்றன. இந்தக் கட்டிகள் வலியை ஏற்படுத்துவதில்லை. தொற்று ஏற்படும் வரை எந்த நிறத்திலும் இருப்பதில்லை. பருவானது, பொதுவாக முகம் மற்றும் தோள் பகுதியில் ஏற்படும். இது கை, கால் பகுதிக்கும் விரிவடைய வாய்ப்பு உள்ளது.

அழுக்குத்தன்மை அல்லது கைப்பழக்கம் அல்லது பிற செயல்களால் பரு ஏற்படுவதில்லை. எனினும், அழுக்குத் தன்மை மற்றும் முகத்தில் எண்ணெய் வடிவதால் நிலைமை மோசமாகும். முகப்பரு அதிகமாவதற்கு ஹார்மோன் மாற்றம், அதிக வெப்பத்தில் படுதல், மன அழுத்தம், தோலில் எண்ணெய் வடிதல், நாளமில்லா சுரப்பியில் பிரச்னை, சில வகைக் கட்டிகள், குறிப்பிட்ட வகை மருந்துகளைப் பயன் படுத்துதல் ஆகியவையும் காரணமாகின்றன.

பரு, தொற்றுநோய் அல்ல. இளமையில் ஏற்படும் பரு 30 முதல் 40 வயதுவரைகூட நீடிக்கும். முகப்பரு ஏற்படுவது பரம்பரை பரம்பரையாக நீடிக்கிறது. முகப்பரு ஏற்படுவதைத் தடுக்க முடியாது. எனினும், முகத்தை அடிக்கடி தண்ணீரால் கழுவி சுத்தமாக வைத்திருப்பதன் மூலம், பாதிப்புகளைக் குறைக்க முடியும். தோல் பகுதியைப் பார்ப்பதன் மூலம், பருவின் தன்மையை ஆராய முடியும். சோதனைகள் எதுவும் தேவைப்படாது.

ஹோமியோபதி சிகிச்சை

இந்த நோயைக் குணப்படுத்த Kali Brom, Radiuim Brom, Thuja, Bell, Hepar Sulph, Gun Powder போன்ற ஹோமியோ பதி மருந்துகளைப் பயன்படுத்தலாம்.

44

இளமைப் பருவ மன அழுத்தம்

ADOLACENT DEPRESSION

இளமைப் பருவத்தில் (டீன்-ஏஜ்) வருத்தம், ஊக்கமின்மை, தன்னம்பிக்கை இழப்பு ஆகியவை ஏற்படுவதை, இளமைப் பருவ மன அழுத்தம் என்று சொல்வார்கள்.

பல்வேறு ஊக்குவிப்புப் காரணிகளால், நிலையில்லாத மனநிலை ஏற்பட்டு மன அழுத்தம் உருவாகிறது. பொதுவாக இளம் வயதினருக்கு, பூப்படைவது மற்றும் பெற்றோருடன் முரண்பாடாக இருத்தல் ஆகியவற்றால் மனஅழுத்தம் ஏற்படும். நண்பர் அல்லது உறவினர் இறப்பு, ஆண் அல்லது பெண் நண்பருடன் மோதல், பள்ளியில் தோல்வி ஆகிய காரணங்களால்கூட பாதிப்பு ஏற்படலாம். மருத்துவ அல்லது உளவியல்ரீதியான இயலாமையாலும் மனஅழுத்தம் ஏற்படும்.

- வளர் இளம் பருவத்தினருக்கு இயல்பாகவே ஏற்றமும், இறக்கமும் குறைந்த மன நிலை இருக்கும். இது, சில மணி நேரங்கள் அல்லது நாள்களுக்குக்கூட மாறும்.
- மகிழ்ச்சியே ஏற்படாதது / பள்ளிப் படிப்பில் தொடர் தோல்வி.
- குடும்பத்தினர் அல்லது நண்பர்களுடனான நல்லுறவு பாதிப்பு.
- போதைப் பழக்கம் மற்றும் பிற செயல்பாடுகளாலும் மன அழுத்தம் நீடிக்கும். (வளர் இளம்

பருவத்தினருக்கு, வெளிப்படையாகத் தெரியாத மன அழுத்தம்கூட இருக்கும்).

- அவர்கள் பார்ப்பதற்கு மகிழ்ச்சியுடன் இருப்பவர்களாகத் தெரிவர். ஆனால், பிரச்னைகளைக் கையாளும் விதத்தைப் பார்க்கும்போதுதான் அவர்களுக்கு மன நிலையில் உள்ள நெருக்கடி புரியும்.
- மனஅழுத்தம் தொடரும்பட்சத்தில், தற்கொலையும் நடைபெற வாய்ப்புள்ளது.
- மனஅழுத்தத்தை ஏற்படுத்தும் உணர்வுகளைத் தடுக்க முடியாது. சில நேரங்களில் ஆலோசனைகளை தெரிவிப்ப தால், மன நிலை பாதிப்பைச் சரிசெய்யலாம்.
- உடல் அளவிலான சோதனைகளால் நோயைக் கண்டறிய முடியாது. உளவியல் ரீதியான ஆய்வுகளே மனஅழுத் தத்தை உறுதிப்படுத்தும்.

ஹோமியோபதி சிகிச்சை

இந்த நோயைக் குணப்படுத்த Bach Flower Ramedies என்ற ஹோமியோபதி மருந்துகளைப் பயன்படுத்தலாம்.

45

நீரிழிவு (சர்க்கரை) நோய்

DIABETUS MELLITUS

இன்சுலின் உற்பத்தி குறைவு அல்லது இன்சுலினைப் பயன்படுத்தும் திறன் குறைவதால் நீரிழிவு நோய் ஏற்படுகிறது. கணையத்தால் உற்பத்தி செய்யப்படும் ஹார்மோன் இன்சுலின். இது, ரத்தத்தில் உள்ள சர்க்கரையை செல்கள் பயன்படுத்துவதற்கு அவசியமானது.

நீரிழிவு நோய்க்கான காரணங்கள்

- பரம்பரை மற்றும் உணவுப் பழக்கவழக்கம் ஆகியவை நீரிழிவு நோய் உருவாவதற்கான முக்கியக் காரணங்கள்.
- உடலின் தேவைக்கு ஏற்ப இன்சுலினை கணையம் உற்பத்தி செய்யாமல் போனால், நீரிழிவு நோய் ஏற்படுகிறது.
- மேலும், இன்சுலினை கணையம் உற்பத்தி செய்தாலும், அதைச் செல்களால் பயன்படுத்த முடியாமல் போனாலும் நீரிழிவு ஏற்படும்.

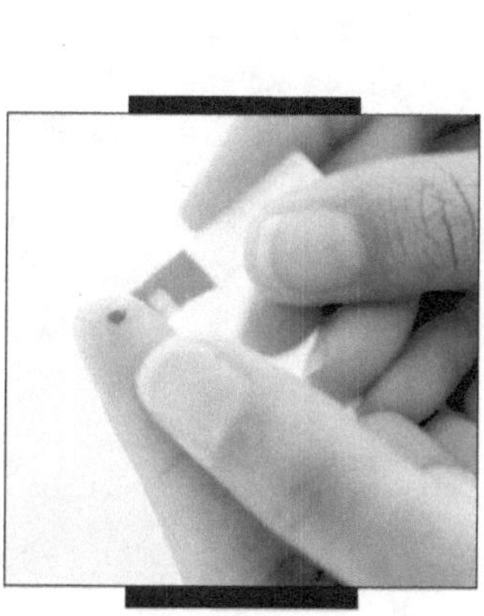

- ரத்தத்தில் உள்ள சர்க்கரை, செல்களுக்குள் செல்வதற்கு இன்சுலின் அவசியமானது. செல்களுக்குள் சர்க்கரை செல்லாவிட்டால், அதை

உடலால் பயன்படுத்த முடியாது. இதனால், கூடுதலாக உள்ள சர்க்கரை, ரத்தத்திலேயே இருக்கும். இதைச் சிறுநீரகம் வெளியேற்றும்.

அதிக அளவில் சர்க்கரை இருந்தால்,

- அடிக்கடி சிறுநீர் வெளியேறும்.
- பசி ஏற்படும்.
- கார்போஹைட்ரேட்கள், கொழுப்புகள் மற்றும் புரோட்டீன்களின் செயல்பாடுகளிலும் மாற்றம் ஏற்படும்.

நீரிழிவு நோய் பல்வேறு வடிவங்களில் ஏற்படும். பொதுவான வகைகளாக, முதல் வகை அல்லது இன்சுலினைச் சார்ந்த நீரிழிவு. இரண்டாவது வகை அல்லது இன்சுலினைச் சாராத நீரிழிவு மற்றும் கர்ப்பக் கால நீரிழிவு ஆகியவற்றைக் கூறலாம்.

கர்ப்பக் கால நீரிழிவு நோய், கர்ப்பத்தின்போது தொடங்கும் அல்லது கர்ப்பத்தின்போது உணரப்படும். இது பொதுவாக கர்ப்பம் அடைந்து 24 முதல் 28 வாரங்களில் ஏற்படும். சிலருக்கு, குழந்தைப் பிறப்புக்குப் பிறகு ரத்தச் சர்க்கரை அளவு இயல்பு நிலைக்குத் திரும்பிவிடும்.

25 வயதுக்கு மேல் கர்ப்பம் ஆதல், குடும்பத்தினருக்கு ஏற்கெனவே நீரிழிவு நோய் இருத்தல், உடல் பருமன், முந்தைய குழந்தை பிறக்கும்போது நான்கு கிலோவுக்கும் அதிகமாக இருத்தல், முன்னர் பிறந்த குழந்தை காரணம் இல்லாமல் இறந்துபோதல், முன்பு பிறந்த குழந்தை குறைபாடுடன் இருத்தல், மீண்டும் ஏற்படும் தொற்று ஆகியவற்றால் கர்ப்பக் கால நீரிழிவு ஏற்படும் ஆபத்து உள்ளது.

உடல் எடையைக் கட்டுப்பாட்டுடன் வைத்திருந்தால், இரண்டாவது வகை நீரிழிவு நோய் ஏற்படுவதைத் தடுக்கலாம். இந்த நோயின் ஆரம்பக் காலத்தில் அறிகுறி எதுவும் இருக்காது.

பரிசோதனைகள்

- சிறுநீரை ஆய்வுசெய்வதன் மூலம், அதில் உள்ள குளுக்கோஸ் அல்லது கீடோன் அமைப்புகள் இருப்பது.

- குளுக்கோஸ் எடுத்துக்கொள்வது தொடர்பான சோதனை.

- சாப்பிடாமல் ரத்தப் பரிசோதனை மற்றும் ஹீமோ குளோபின் சோதனை ஆகியவற்றின் மூலம் நோயைக் கண்டறியலாம்.

ஹோமியோபதி சிகிச்சை

இந்த நோயைக் குணப்படுத்த Uranum Nitricum, Acid Phos, Phos, Syzyzium Jumbolinum, Gymnema Sylvestris போன்ற ஹோமியோபதி மருந்துகளைப் பயன்படுத்தலாம்.

46

மலைப் பகுதி நோய்

MOUNTAIN SICKNESS

மலையேற்ற வீரர்கள், விண்ணில் இருந்து குதித்து சாகசம் செய்வோர், மலைப் பாதையில் நடப்பவர்களுக்கு இந்தப் பாதிப்பு ஏற்படும். குறிப்பாக, கடல் மட்டத்தில் இருந்து 8000 அடி உயரத்தில் செல்லும் இதுபோன்ற பாதிப்புகள் ஏற்படும்.

உயரமான பகுதிகளில் குறைவான காற்று அழுத்தமும் ஆக்சிஜனும் குறைவாகவே இருக்கும். இதனால் இந்தப் பாதிப்பு ஏற்படுகிறது.

இது நரம்பு மண்டலம், நுரையீரல், தசை, இதயம் ஆகியவற்றைப் பாதிக்கிறது. உயரமான பகுதிகளில் வேகமாகச் செல்லும்போது இந்த நோயின் தாக்கம் அதிகமாகும்.

பெரும்பாலான நோயாளிகளுக்கு அறிகுறிகள் குறைவாகவே இருக்கும். சிலருக்கு, மூச்சு விடுவதில் கடும் பாதிப்புடன் நுரையீரலில் திரவமும் சேரும். மூளையைச் சுற்றி வீக்கம் ஏற்பட்டு, மனக்குழப்பம் அதிகரிக்கும். இது கோமா நிலைக்குக்கூட கொண்டுபோய்ச் சேர்க்கும். 10 ஆயிரம் பேரில் 2 பேருக்கு இந்த நோய் தாக்கும்.

மலைப் பகுதிகளில் செல்வதற்கு முன் உரிய விழிப்புணர்வை ஏற்படுத்திக்கொள்வதன் மூலம் இந்தப் பாதிப்பைத் தடுக்கலாம்.

இதன் அடிப்படை வழிமுறைகள்

- மெதுவாக மலையில் ஏறுதல்.
- *8000* அடி உயரத்துக்கு மேலே செல்லும்போது, 2 ஆயிரம் அடிக்கு ஒருமுறை ஒன்று அல்லது இரண்டு நாள்கள் ஓய்வு எடுப்ப வேண்டும்.
- முடிந்தவரை தாழ்வான பகுதிகளில் தூங்குதல்.
- மலையேறுவதற்கு முன் போதிய அளவில் உடலைத் தயார்படுத்திக்கொள்ள வேண்டும்.
- தொடக்க அறிகுறிகளை அறிந்துகொள்ள வேண்டும். இதன்மூலம், நிலைமை கடுமையாவதற்கு முன்பாகவே தாழ்வான பகுதிகளுக்குத் திரும்பிவிட முடியும்.
- இதய மற்றும் நுரையீரல் சம்பந்தமான நோய் உள்ளவர்கள், உயரமான பகுதிகளுக்குச் செல்வதைத் தவிர்க்க வேண்டும்.

ஸ்டெதாஸ்கோப் மூலம் மார்பில் வைத்து உணரும்போது, நுரையீரலில் உள்ள பாதிப்புகளை அறிந்துகொள்ள முடியும். மார்புப் பகுதியை எக்ஸ்-ரே எடுப்பதன் மூலமும் நோயின் தன்மையை அறிந்துகொள்ள முடியும்.

ஹோமியோபதி சிகிச்சை

இந்த நோயைக் குணப்படுத்த Bell, Ars Alb, Gels, Cocculus போன்ற ஹோமியோபதி மருந்துகளைப் பயன்படுத்தலாம்.

47

டென்ஷன் தலைவலி

TENSION HEADACHE

பதற்றம் காரணமாக (டென்ஷன்) தலை, உச்சந்தலை அல்லது கழுத்துப் பகுதியில் வலி அல்லது பலவீனம் ஏற்படும்.

இந்தப் பகுதிகளில் உள்ள தசை இறுகுவதால் இந்தப் பாதிப்பு ஏற்படுகிறது. பொதுவாக, தலைவலியில் முக்கியமாக ஏற்படக்கூடியதில், பதற்றத்தால் ஏற்படும் தலைவலியும் ஒன்று.

இது எந்த வயதிலும் ஏற்படும். எனினும், இளைஞர்கள் மற்றும் வளர் இளம் பருவத்தினருக்கு அதிக அளவில் ஏற்படும். இந்தத் தலைவலி இருபாலருக்கும் ஏற்படும். தனிமைப்படுத்தப் பட்டிருக்கும்போது அடிக்கடி உருவாகும்.

வாரத்தில் ஒன்று அல்லது இரண்டு முறை வீதம் சில மாதங்களுக்கு நீடித்தால், இது நோயாகக் கருதப்படும். கழுத்து மற்றும் உச்சந்தலையில் உள்ள தசைகள் சுருங்குவதால் பதற்றத் தலைவலி ஏற்படுகிறது.

மனஅழுத்தம், நெருக்கடி அல்லது மனத்தில் குழப்பம் காரணமாக தசைகள் சுருங்குகின்றன. தலைப்பகுதியில் எந்தவொரு மாற்றம் ஏற்பட்டாலும் தலைவலி உருவாகும். அதாவது, தட்டச்சு அல்லது கணிப்பொறியைப் பயன்படுத்துதல், கையால் படங்களை வரைதல், மைக்ரோஸ்கோப்பை பயன்படுத்துதல் ஆகியவை சில காரணங்களாகும். குளிச்சியான அறையில்

அல்லது கழுத்துப் பகுதியை மாறான கோணத்தில் வைத்து தூங்குவதாலும் தலைவலி ஏற்படலாம். மற்ற காரணங்களாக,

- கண் எரிச்சல்
- சோர்வு
- மதுப் பழக்கம்
- அதிக அளவில் புகைப் பிடித்தல்
- அதிகம் காபி குடித்தல்
- சைனஸ் தொற்று
- மூக்கடைப்பு
- அதிக உழைப்பு
- ஜலதோஷம்
- குளிர் காய்ச்சல்

ஆகியவற்றைக் கூறலாம். மூளையில் ஏற்படும் பாதிப்பு களால் பதற்றத் தலைவலி ஏற்படுவதில்லை.

தற்காப்பு

பதற்றத் தலைவலி ஏற்படுவதற்கான சூழ்நிலைகளைத் தவிர்க்க வேண்டும். அதாவது, குளிருடன் கூடிய தலைவலி இருந்தால் வெப்பமான சூழ்நிலையை ஏற்படுத்திக்கொள்ளு தல், தலையணையை மாற்றுதல் அல்லது தூங்கும் விதத்தை மாற்றுதல்.

படிப்பது, பணியாற்றுவது போன்ற பணிகளால் தலைவலி ஏற்படுமானால், படிக்கும்போதும், பணியாற்றும்போதும் சரியான கோணத்தில் அமர்ந்திருக்க வேண்டும். கழுத்து மற்றும் தோள் பட்டைப் பகுதிகளுக்கு அடிக்கடி உடற் பயிற்சி செய்ய வேண்டும்.

தலைவலி லேசானது முதல் மிதமானதுவரை மற்ற அறிகுறிகள் இல்லாமல் இருக்கும். மருந்து, மாத்திரைகளை சாப்பிடுவதால் சில மணி நேரங்களில் சரியாகிவிட்டால்,

வேறுவிதமான சோதனைகளை மேற்கொள்ள வேண்டிய அவசியம் இல்லை. நரம்பியல் ஆய்வு மேற்கொண்டால், பதற்றத் தலைவலிக்கான காரணத்தைக் கண்டறிய முடியாது.

தலைவலி கடுமையாகவும் நீடித்தும், மற்ற அறிகுறிகளோடு இருக்கவும் வாய்ப்பு உள்ளது. இதனால், தூக்கப் பாதிப்பு, வேலை செய்துகொண்டிருக்கும்போது தலைவலி ஏற்படுதல் ஆகிய சூழ்நிலைகளில், மருத்துவரிடம் உரிய முறையில் பரிசோதனை செய்து சிகிச்சை பெறுவது அவசியம்.

ஹோமியோபதி சிகிச்சை

இந்த நோயைக் குணப்படுத்த Aconite, Bell, Gels, Nat Mur, Lyco போன்ற ஹோமியோபதி மருந்துகளைப் பயன்படுத்த லாம்.

48

கண்புரை

CATARACT

கண்ணின் கருவிழிப் பகுதியில் திரை போன்று ஏற்படுவதை கண்புரை என்று சொல்வார்கள். பொதுவாக, கண்ணின் கருவிழிப் படலம் தெளிவாக இருக்கும். அதில், திரை போன்று அல்லது மறைப்புத்தன்மை ஏற்பட்டால் அது தான் கண்புரை. பிறக்கும்போது அல்லது பிறந்த சிறிது காலத்தில் கண்புரை ஏற்பட்டால், அதைப் பிறவிக் கண்புரை என்று சொல்வார்கள். வயது வந்தவர்களுக்கு, வயது அதிகரிப்பதன் அடிப் படையில் கண்புரை ஏற்படும். இது குடும்பத்தில் உள்ள மற்றவர்களுக்கும் ஏற்படும். நீரிழிவு போன்ற நோய்களால்கூட கண்புரை ஏற்படும்.

- வயதானவர்களுக்கு வயது காரணமாகவே கண்புரை ஏற்படும். இது மெதுவாக வளர்ந்து, வலி எதுவும் இல்லாமல் பார்வையை மங்கச் செய்யும்.
- இரவு நேரங்களில் பார்க்க முடியாமை, மிகுந்த ஒளியில் உள்ள பொருள்களைப் பார்க்க முடியாமை, ஒளியால் கண் கூசுதல் ஆகியவை ஏற்பட்டு, இறுதியில் பகல் வெளிச்சத்தில்கூட பொருள்களைப் பார்க்க முடியாமல் போகும்.
- கண்புரையை வளர்ச்சி அடையாதது, வளர்ச்சி அடைந்தது, அதிக அளவில் வளர்ச்சி அடைந் தது என்று பிரிக்கலாம். கருவிழிப் படலத்தில் ஒரு குறிப்பிட்ட பகுதியில் மட்டும் புரை ஏற்படுவதை வளர்ச்சி அடையாதது என்றும்,

கருவிழிப் படலம் முழுவதையும் மறைத்துவிட்டால் வளர்ச்சி அடைந்தது என்றும், கருவிழிப் படலத்தையும் தாண்டி புரை நகர்ந்து எரிச்சலை ஏற்படுத்தினால் அதை அதிக அளவில் வளர்ச்சி அடைந்தது என்றும் வகைப்படுத்தலாம்.

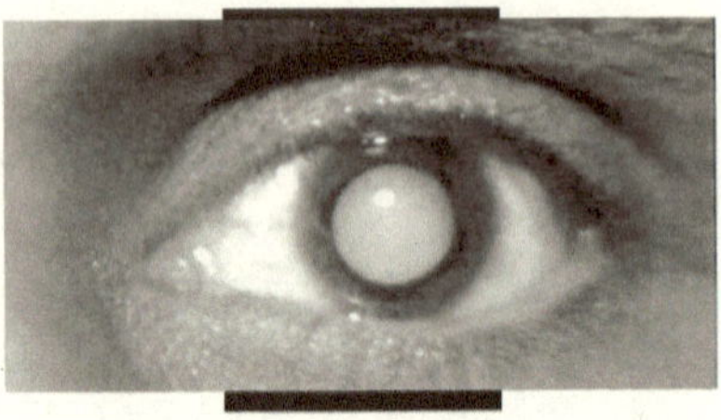

- பெரும்பாலும், 60 வயதுக்குப் பிறகு கண்ணில் புரை ஏற்படும். பெரும்பாலானவர்களுக்கு இரண்டு கண்களிலும் புரை இருக்கும். இதில், ஒரு கண்ணில் இருப்பதை விட மற்றொரு கண்ணில் கடுமையாக இருக்கலாம்.
- பெரும்பாலான மக்களுக்கு கண்ணில் புரை ஏற்பட்டிருப்பது தெரியாமல் இருக்கும்.

தற்காப்பு

- கண்புரைக்குக் காரணமான நோய்களைக் கட்டுக்குள் வைத்திருத்தல், கண்புரையை ஏற்படுத்தும் பொருள்களுடன் தொடர்புகொள்ளாமல் இருத்தல். வெளியே செல்லும்போது சூரிய ஒளி படாமல் இருப்பதற்காகக் கண்ணாடிகளை அணிந்துசெல்வதன் மூலம் சூரிய ஒளியில் உள்ள புறஊதாக் கதிர்கள் கண்களில் பாதிப்பை ஏற்படுத்தாது.
- சில கண்ணாடிகள், கண்களுக்குப் பாதிப்பை ஏற்படுத்தும் புறஊதாக் கதிர்களைக் கட்டுப்படுத்துவதில்லை. எனவே, எது சிறந்தது என்பதை கண்ணாடிக் கடைக்காரர் அல்லது விற்பனையாளர் மூலம் தெரிந்துகொள்ளலாம்.
- ஆப்தால்மிக் சோதனை, ஸ்லிட் லேம்ப் சோதனை, அல்ட்ரா சோனோகிராபி ஆகிய பரிசோதனைகளைச் செய்து பிரச்னையைக் கண்டறியலாம்.

ஹோமியோபதி சிகிச்சை

இந்த நோயைக் குணப்படுத்த Nux Vomica, Phos, Gels, Silica போன்ற ஹோமியோபதி மருந்துகளைப் பயன்படுத்தலாம்.

கண் கட்டி

EYELID TUMOUR

49

கண்ணீர் படலத்தை உருவாக்கும் சிறிய சுரப்பி அடைக்கப்படும்போது கண் புருவத்தில் கட்டி போன்று உருவாகும்.

காரணிகள்

கண் புருவத்துக்குள் கட்டி உருவாகும். மெய் போமியன் சுரப்பியில் ஏற்படும் பாதிப்பால் இது உருவாகிறது. ஆரம்பத்தில், எரிச்சலுடன் தொடங்கி வீக்கமான கட்டிபோல் உருவாகும். பெரும்பாலான கட்டிகள் சில மாதங்களில் காணாமல் போய்விடும். ஆரம்பகட்ட சிகிச்சைக்குப் பிறகு, பெரிய கட்டியாக மீண்டும் தோன்ற வாய்ப்புள்ளது.

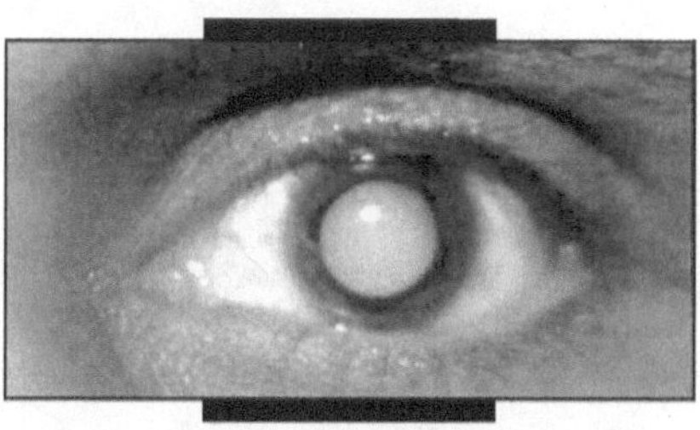

தடுப்பு நடவடிக்கைகள்

ஏற்கெனவே கட்டி ஏற்பட்டவர்கள் கண் புருவத்தை சரியான முறையில் தூய்மையாக வைத்திருந்தால் மீண்டும் ஏற்படுவதைத் தடுக்க முடியும்.

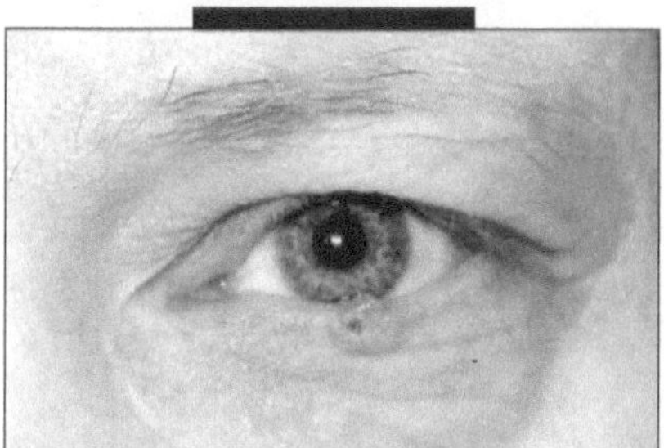

அறிகுறிகள் மற்றும் பரிசோதனை

- கண் புருவத்தை ஆய்வு செய்வதன் மூலம் கட்டி உரு வாகியிருப்பதை உறுதிப்படுத்த முடியும்.
- பெரிய கட்டி இல்லை என்பது உறுதிப்படுத்துவதற்காக பயாப்சி எடுக்க வேண்டும்.

ஹோமியோபதி சிகிச்சை

இந்த நோயைக் குணப்படுத்த Puls, Staphy, Thuja, Cal Flur போன்ற ஹோமியோபதி மருந்துகளைப் பயன்படுத்தலாம்.

50

கல்லீரல் பாதிப்பு

CIRRHOSIS OF LIVER

கல்லீரல் திசுக்கள் சேதமடைதல், கல்லீரலில் காயம், கல்லீரல் செயல்பாடுகள் குறைதல், வயிற்றுப் பகுதிகளில் அதிக அளவில் திரவம் சேருதல், ரத்த நாளங்களில் அழுத்தம் அதிகரிப்பு, மூளை செயல்பாடுகளில் பாதிப்பு ஆகியவற்றால் கல்லீரல் நோய் ஏற்படுகிறது.

பாதிக்கப்பட்ட மற்றும் புண் ஏற்பட்ட கல்லீரலால், ரத்தத்தில் இருந்து கழிவுப் பொருள்களைச் சரியாக வெளியேற்ற முடியாமல் போகிறது. பாதிக்கப்பட்ட திசுக்களால், மண்ணீரலில் இருந்து கல்லீரல் வரையுள்ள பகுதிக்கும், சிறுகுடலுக்கும் இடையே உள்ள ரத்தக் குழாயில் அழுத்தம் அதிகரிக்கிறது.

இயல்பான கல்லீரல்

பாதிக்கப்பட்ட கல்லீரல்

அதிக அளவில் மதுபானம் அருந்துவதாலும் கல்லீரல் பாதிக்கப்படுகிறது. கல்லீரல் வீக்கம் போன்ற தொற்றுகள், பித்த நீர் வெளியேற்றும் அமைப்பில் குறைபாடு மற்றும் நோய் ஏற்படுதல், சிஸ்டிக் ஃபைப்ரோசிஸ், அதிக அளவில் இரும்பு மற்றும் தாமிரத்தை ஈர்த்தல் ஆகியவற்றால் கல்லீரல் பாதிக்கப் படுகிறது.

கல்லீரல் பாதிப்பு அதன் வகை, நோய்க்கான காரணத்தைப் பொறுத்து அமைகிறது. இதன் பாதிப்புகள் மிகவும் கடுமையாக இருக்கும். நரம்பியல் பிரச்னைகளும் ஏற்படும்.

- உடலில் புரோட்டீன் அளவு குறைதல்
- சோடியம் அதிகரித்தல்
- கல்லீரல் ரத்த நாளங்களில் அழுத்தம் அதிகரித்தல்

ஆகிய காரணங்களால் வயிற்றுப் பகுதியில் அதிக அளவில் நீர் சேருகிறது.

உணவுக் குழாயில் உள்ள ரத்த நாளங்களில் ரத்தம் மற்றும் அளவு அதிகரிப்பு / நிரம்பி இருப்பது ஆகியவற்றால் உயர் அழுத்தம் ஏற்படுகிறது. இதனால், ரத்தம் வெளியேற்றம் அல்லது ரத்தக் கட்டி உருவாகலாம்.

ரத்த நாளங்களில் அழுத்தம் அதிகரிப்பு மற்றும் ரத்தக் கட்டி ஏற்படுவதால், உயிருக்கு அச்சுறுத்தலை ஏற்படுத்தும் ரத்தப் பெருக்கு ஏற்படும். மதுபானப் பயன்பாட்டைக் குறைத்தல் மற்றும் நோய்க்கான மற்ற காரணங்களைக் கட்டுப்படுத்து வதன் மூலம் கல்லீரல் நோய்ப் பாதிப்பைக் குறைக்கலாம்.

ஹோமியோபதி சிகிச்சை

இந்த நோயைக் குணப்படுத்த Lycopodium, Chelidoniium, Fel Tauri, China, Nux Vomica போன்ற ஹோமியோபதி மருந்து களைப் பயன்படுத்தலாம்.

கல்லீரல் வீக்கம் (ஹெபடைடிஸ்-பி)

ஹெபடைடிஸ்-பி வைரஸால் கல்லீரல் பகுதியில் ஏற்படும் வீக்கம் மற்றும் எரிச்சல். பொதுவாக, ஹெபடைடிஸ்-பி வைரஸ், பாலியல் மூலமாகப் பரவும் நோய் என்று கருதப்படுகிறது. இது, ரத்தம் மூலமாகவும் (இதற்கு சீரம் ஹெபடைடிஸ் என்று பெயர்) பரவுகிறது.

போதை ஊசிப் பழக்கம் உள்ளவர்கள் ஒன்றாக ஒரே ஊசியைப் பயன்படுத்தினால், இது பரவுவதற்கான வாய்ப்பு அதிகம். மேலும், ஹெபடைடிஸ்-பி தாக்கிய பெண்ணின் கருவில் உள்ள குழந்தைக்கும் இது எளிதில் பரவும்.

கல்லீரல் நோயை ஏற்படுத்தும் பல்வேறு வகை வைரஸ்கள் உள்ளன. அவை,

- ஹெபடைடிஸ்-ஏ
- ஹெபடைடிஸ்-சி
- டெல்டா காரணி ஹெபடைடிஸ்
- ஹெபடைடிஸ்-ஈ

ஹெபடைடிஸ்-ஏ மற்றும் பி இரண்டுமே, ஆரம்பக் கட்டத்தில் ஒரே மாதிரியாக இருக்கும். எனினும், ஹெபடைடிஸ்-பி தாக்கினால் நீண்ட காலத்துக்குப் பாதிப்பு இருக்கும். ஹெபடைடிஸ்-பி வைரஸ் தாக்கியவர்களில் 10 சதவீதம் பேருக்கு அது நீடித்து இருப்பதாகக் கண்டறியப்பட்டுள்ளது.

இவர்களில் ஒரு குறிப்பிட்ட சிலருக்கு மெதுவாக வளர்ந்து கல்லீரலைச் சேதப்படுத்துகிறது. இதனால், கல்லீரல் அழற்சி அல்லது ஹெபாடோசெல்லுலர் புற்றுநோய் ஏற்படுகிறது.

ஹெபடைடிஸ்-பி வைரஸ் வளர்வதற்கு நீண்டகாலம் எடுத்துக்கொள்ளும். தெளிவாகத் தெரிவதற்கு 6 மாதங்கள் வரைகூட ஆகலாம்.

அறிகுறிகள்

- பல்வேறு வகையான தோல் அரிப்புகள்
- மூட்டுகளில் வலி
- காய்ச்சல்
- உடல் சோர்வு
- வயிற்றுப்பகுதியில் வலி அல்லது இயல்பு நிலைக்கு மாறாக இருக்கும்.
- மஞ்சள் காமாலை, கண்ணின் வெள்ளைப் பகுதியில் ஆரம்பத்தில் தெரியத் தொடங்கி, பிறகு தோல் பகுதிக்கு விரிவடையும். மஞ்சள் காமாலையால் மஞ்சள் நிறத்தில் சிறுநீர் கழியும்.
- மலம் வெண்மையானதாக இருக்கும்.

- கர்ப்பிணிகளில் ஆயிரம் பேரில் ஒருவருக்கு ஹெபடைடிஸ்-பி நீடித்த நோயாக மாறிவிடுகிறது.
- ஹெபடைடிஸ்-பி, பொது சுகாதாரப் பாதிப்பாகக் கருதப்படுகிறது. ஏனெனில் கடும் பாதிப்பு, நீண்டகால பலவீனம் மற்றும் நீண்ட காலத்துக்குத் தொற்று இருப்பதால், கல்லீரல் புற்றுநோய் ஏற்படுவதற்கான வாய்ப்பு அதிகம்.
- ஆணுறைகளைத் தொடர்ந்து பயன்படுத்துவதன் மூலம், ஹெபடைடிஸ்-பி பரவுவதைத் தடுக்க முடியும்.
- ஹெபடைடிஸ்-பி தாக்கிய பெண்ணுக்குப் பிறக்கும் குழந்தைக்கு நோய் பரவாமல் தடுக்க, சிறப்பு நோய் எதிர்ப்பு மருந்துகளை வழங்க வேண்டும். அதாவது, குழந்தை பிறந்தவுடன் ஹெபடைடிஸ்-பி நோய் எதிர்ப்பு குலோபுலினை போட்டுக்கொள்ள வேண்டும். சில வாரங்கள் கழித்து மீண்டும் ஹெபடைடிஸ் தடுப்பூசி போட்டுக்கொள்ள வேண்டும்.

ஹோமியோபதி சிகிச்சை

இந்த நோயைக் குணப்படுத்த Lyco, China, Chelidonium, Ars Alb, Berb Vul, Sarasaperila, Ocimum Can ஆகிய மருந்து களைப் பயன்படுத்தலாம்.

51

சாதாரண ஜலதோஷம்

COMMON COLD

மூச்சுக் குழாயின் மேல் பகுதியில் வைரஸ் பரவுவதால் சளி, தும்மல், தொண்டை எரிச்சல், இருமல் ஆகியவை ஏற்படும். 200-க்கும் மேற்பட்ட வகையான வைரஸ்களால் ஜலதோஷம் ஏற்படுகிறது. குளிருடன் கூடிய காய்ச்சலை ஏற்படுத்தும் வைரஸால் ஜலதோஷம் ஏற்படுவதில்லை.

ஜலதோஷத்தால் பாதிக்கப்பட்ட ஒருவர் இருமினாலோ அல்லது தும்மினாலோ அல்லது அவருடன் கைகுலுக்குவதாலோ அந்தக் கிருமி பரவுகிறது. குழந்தைகளிடையே ஜலதோஷம் வேகமாகப் பரவும். வயது அதிகரிக்க அதிகரிக்க இதன் தாக்கம் குறையும். ஏனெனில், நோய் எதிர்ப்புச் சக்தி அதிகரிக்கும்போது, நோய் தாக்குவது குறையும்.

வயது வந்தோருக்குப் பல்வேறு வகையான வைரஸ்களால் ஜலதோஷம் பரவும். குழந்தைகளுக்கு ஆண்டுக்கு 10 முறை ஜலதோஷம் பிடிக்கும். பெரியவர்களுக்கு ஆண்டுக்கு 3 முறை ஜலதோஷம் பிடிக்கும்.

குளிர் - வெப்பநிலை மாற்றத்தைத் தவிர்த்தல், வைட்டமின் சி-யை அதிக அளவில் எடுத்துக் கொள்ளுதல் ஆகியவற்றின் மூலம் ஜலதோஷத்தைத் தவிர்க்க முடியும் என்று நம்பப்படுகிறது. எனினும், இது அறிவியல்பூர்வமாக நிரூபிக்கப்பட

வில்லை. அறிகுறிகளை அடிப்படையாகக்கொண்டும், உடல் பரிசோதனையின் மூலமும் நோயின் தன்மையை ஆராய முடியும்.

ஹோமியோபதி சிகிச்சை

இந்த நோயைக் குணப்படுத்த Ars alb, China, Ars iodum, Bryonia, Psorinum போன்ற ஹோமியோபதி மருந்துகளைப் பயன்படுத்தலாம்.

52

ஒற்றைத் தலைவலி

MIGRAINE

தலைப்பகுதியில் உள்ள ரத்தக் குழாயின் அளவு மாறுபடுவதால் அடிக்கடி தலைவலி ஏற்படும். 100 பேரில் 7 பேருக்கு ஒற்றைத் தலைவலி ஏற்படும். நீடித்த தலைவலியில் பொதுவான வகைகள் உள்ளன. இது பெரும்பாலும் பெண்களுக்கு ஏற்படும். குறிப்பாக, 11 முதல் 47 வயது வரை தொடங்கும். சில சமயங்களில், குடும்பத்தினர் அனைவருக்கும் பரவும். அனைத்து ஒற்றைத் தலைவலியிலும், பெரும்பாலும் பொதுவான ஒற்றைத் தலைவலியே ஏற்படும். ஒற்றைத் தலைவலிகள் ஏற்படுவதற்கு முன்னதாக வேறு சில அறிகுறிகள் தோன்றும் அல்லது வேறு வடிவில் நோயின் தன்மை இருக்கும்.

தலை மற்றும் கழுத்துப் பகுதியில் உள்ள ரத்த நாளங்கள் பாதிக்கப்பட்டு மூளைக்குச் செல்லும் ரத்த அளவு குறைவதால் ஒற்றைத் தலைவலி ஏற்படுகிறது.

சில நிமிடங்கள் அல்லது மணி நேரத்தில், ரத்தக் குழாய் பெரிதாகி, கடுமையான தலைவலியாக மாறும். பொதுவான ஒற்றைத் தலைவலி, தலைவலி மட்டுமல்லாமல் வேறு சில அறிகுறிகளுடன் இருக்கும்.

ஒவ்வாமை வெளிப்பாடு, அதிக வெளிச்சம் கொண்ட பல்புகள், அதிக சத்தம் கேட்டால் தலைவலி ஏற்படுதல், உடல் அல்லது மன அழுத்தத்

துக்குப் பிறகான ஓய்வு, போதிய அளவில் தூக்கமின்மை, புகைப்பிடித்தல் அல்லது புகைப்பிடிப்பவர்களுக்கு அருகே இருப்பது, உணவு சாப்பிடாமல் இருத்தல், குறிப்பிட்ட வகை உணவுகள், போதை மருந்துப் பழக்கம், காபி, மாதவிலக்குக் காலங்கள், கர்ப்பத்தைக் கட்டுப்படுத்தும் செயற்கைக் கருவிகளைப் பயன்படுத்துதல் போன்ற காரணங்களால் ஒற்றைத் தலைவலி ஏற்படலாம்.

- ஒற்றைத் தலைவலியை ஏற்படுத்தும் உணவுகளாக அமினோ ஆசிட் டைரமின் (சிவப்பு ஒயின், பாலாடைக் கட்டி, மீன் வறுவல் புகை, கோழி கல்லீரல், சில வகை பீன்ஸ்கள்).

- சாக்லேட், பருப்பு, வேர்க்கடலை, பழங்கள் (அவோ காடோ, வாழை, சிட்ரிக் அமிலம் கொண்ட பழங்கள்), வெங்காயம், பால் பொருள்கள்.

- டின் அல்லது டப்பாக்களில் அடைக்கப்பட்ட பொருள் கள், நைட்ரேட் கொண்ட மாமிசங்கள் (பதப்படுத்தப் பட்ட பன்றிக் கறி), மோனோசோடியம் குளூடமேட் கொண்ட உணவுகள், ஏதாவது பதப்படுத்தப்பட்ட, அடைக்கப்பட்ட, கடல் வழியாக கொண்டுவரப்பட்ட உணவுகள் ஆகியவற்றைக் கூறலாம்.

- ஏற்கெனவே ஒற்றைத் தலைவலி ஏற்பட்டிருந்தால், அதற்குக் காரணமானவற்றைத் தவிர்த்தால் ஒற்றைத் தலைவலி குறையும். சிலருக்கு தடுப்பு மருந்துகள் பரிந்துரைக்கப்படும்.

அறிகுறி

- தலைவலியால் தூக்கம் கடுமையாகப் பாதிக்கப்படும்.
- தலைவலி நீடித்து இருத்தல்
- தலைவலியுடன் சோர்வாக இருத்தல்
- பார்வை மாறுபாடு / இயக்கத்தில் மாறுபாடு அல்லது உணர்தலில் மாறுபாடு / எச்சரிக்கை உணர்வில் மாறுபாடு
- வாந்தி உணர்வு / வாந்தி எடுத்தல்

- தலைவலிக்கு வேறு ஏதாவது காரணமா என்பதை மருத்துவரிடம் உறுதிப்படுத்த வேண்டும்.

ஹோமியோபதி சிகிச்சை

இந்த நோயைக் குணப்படுத்த Bell, Gels, Nat Mur, Oleum Animale, Onosmodium, Eunomus போன்ற ஹோமியோபதி மருந்துகளைப் பயன்படுத்தலாம்.

53

ரத்த சோகை

ANEMIA

வயிற்றில் உள்ள குடல் பகுதியில் இருந்து வைட்டமின் பி12-யை ஈர்ப்பதற்குத் தேவையான சக்தி குறைவதை ரத்த சோகை என்று சொல்வார்கள். ரத்த சோகையால் வைட்டமின் பி12 பற்றாக் குறை ஏற்பட்டு அது தொடர்பான பாதிப்புகளை எதிர்கொள்ளவேண்டி உள்ளது.

பரம்பரையாகவும் இந்த பாதிப்பு ஏற்பட வாய்ப்பு உண்டு. தீவிர ரத்த சோகை நோய், என்டோக்ரைன் நோய் எதிர்ப்புச் சக்தி குறைபாட்டால் ஏற்படும் முதலாவது வகை நீரிழிவு நோய், மிகை தைராய்டிசம், அடிசன் நோய், ஹைப்போபிட்யூட்டரிசம், கொடுமையான நோய்கள், மியாத்தீனியா கிரேவிஸ் போன்ற நோய்களுடன் இருக்கும். வைட்டமின் பி12 பற்றாக்குறையால் உணர்வு நரம்புகளில் பாதிப்பு ஏற்படும். பொதுவாக, நரம்பு பாதிப்பு ஏற்படும். ரத்த சோகையால், ஜீரண அமைப்பின் செயல்பாடுகளில் பாதிப்பு உண்டாகும்.

தீவிர ரத்த சோகை நோய், பொதுவாக 30 வயதுக்குக் கீழ் உள்ளவர்களுக்கு ஏற்படுவதில்லை. எனினும், லேசான பாதிப்பு கொண்ட ரத்த சோகை, குழந்தைகளைத் தாக்கும். ஆரம்ப கட்ட ரத்த சோகை நோய், 3 வயதுக்கு உள்பட்ட குழந்தைகளுக்கு ஏற்பட வாய்ப்பு உண்டு. அதிலும், நோய் எதிர்ப்புச் சக்தி குறைபாடு உடையவர்கள், குடும்பத்தினருக்கு தீவிர ரத்த

சோகை இருந்தாலும் ரத்த சோகை ஏற்படுவதற்கான வாய்ப்பு அதிகம்.

இளம் குழந்தைகளுக்கு, தீவிர ரத்த சோகையால் மட்டுமன்றி கீழ்க்கண்ட வேறு காரணங்களாலும் வைட்டமின் பி12-யை உடல் எடுத்துக்கொள்வதில் சிரமம் ஏற்படலாம். அவை,

- வைட்டமின் ஈர்ப்புச் சக்தி பாதிப்பு
- குழந்தைகளுக்கு மோசமான உணவு கொடுத்தல்
- கர்ப்பமாக இருக்கும்போது, தாய்க்கு தீவிர ரத்த சோகை இருந்தாலும், 4 மாதத்துக்கு உள்பட்ட குழந்தைக்கு வைட்டமின் எடுத்துக்கொள்வதில் சிரமம் இருக்கும்.

இந்த நோய் ஏற்படுவதைத் தவிர்க்க முடியாது. எனினும், சிகிச்சையின் மூலம் பாதிப்புகளைக் குறைக்கலாம்.

ஹோமியோபதி சிகிச்சை

இந்த நோயைக் குணப்படுத்த Ars alb, China, Lycopodium, Fer Met, Fer Cit, Cal Phos போன்ற ஹோமியோபதி மருந்துகளைப் பயன்படுத்தலாம்.

54

மனநிலை பாதிப்பு

DILIRIUM

உடல் அல்லது மன பலவீனத்தால் மூளை செயல்பாடுகளில் பெரிய அளவில் மாற்றம் அல்லது கடுமையான குழப்பம் ஏற்படுகிறது. இதை மனநிலை பாதிப்பு என்று சொல்வார்கள். உடல் அல்லது மன பாதிப்புகள் காரணமாகவே கடுமையான குழப்ப நிலை ஏற்படுகிறது. இது தாற்காலிகமானது மற்றும் மாறக்கூடியது.

- மனநிலையில் பெரிய அளவில் மாற்றம் (உதாரணமாக, மந்தத்தன்மையில் இருந்து கோப வெறியுடன் மாறுதல் மற்றும் மீண்டும் மந்தத் தன்மைக்குச் செல்தல்) ஏற்படும்.
- இதில், கவனக் குறைவு / தொடர்பில்லாத சிந்தனைகள் / கூர்மையின்மை / உணர்வு களில் மாற்றம், எண்ணங்களில் மாற்றம் ஆகி யவை இருக்கும்.

இந்த நோய்க்குப் பல வகையான காரணங்கள் உள்ளன.

- மூளைக்கு ஆக்ஸிஜன் அல்லது பிற பொருள் கள் செல்வது குறைதல் உள்ளிட்ட பல்வேறு காரணங்களால் மூளை பாதிப்பு ஏற்படும்.
- மூளை பாதிப்பு மட்டும் அல்லாமல், விஷம், திரவம் அல்லது அமிலப் பாதிப்பு உள்ளிட்ட உடல் பாதிப்புகளால் மன நிலை பாதிப்பு நோய் ஏற்படும்.

பாதிப்புக்கான காரணங்களைக் கட்டுப்படுத்துவதற்கான சிகிச்சைகளை மேற்கொள்வதன் மூலம் மனநிலை பாதிப்பைக் கட்டுப்படுத்தலாம்.

- நரம்பியல் சோதனைகள் மூலம் இயல்புக்கு மாறான தன்மைகளை அறிந்துகொள்ள முடியும்.
- உளவியல் ஆய்வுகள் மற்றும் உணர்வுகள் மூலம் பாதிப்பு களைக் கண்டறியலாம்.

இந்த நோய் ஏற்படுவதைத் தடுக்க முடியாது.

ஹோமியோபதி சிகிச்சை

இந்த நோயைக் குணப்படுத்த Hypericum, Aconite, Bell, Nat Mur and Bach Flower Ramedies போன்ற ஹோமியோபதி மருந்துகளைப் பயன்படுத்தலாம்.

55

மறதி

DEMENTIA

மூளையின் செயல்பாடுகள் முற்றிலுமாகப் பாதிக்கப்படுவதை மறதி (டிமென்ஷியா) என்று அழைக்கிறோம். பொதுவாக, டிமென்ஷியா காரணமாக, மூளையின் ரத்த நாளங்கள் அல்லது நரம்பியல் அமைப்புகள் பாதிக்கப்பட்டு நினைவு கள் இழப்பு நோய் ஏற்படும்.

- சில வகையான டிமென்ஷியா நோய்களுக்குச் சிகிச்சை அளிக்க முடியும்.
- அதாவது, ஹைட்ரோசிபாலஸில் அழுத்தம், மூளைக் கட்டி, உடல் அமைப்பு மாற்றத்தால் ஏற்படும் டிமென்ஷியா ஆகியவற்றை எளிதில் குணப்படுத்தலாம். எனினும், டிமென்ஷியா ஏற்படும் தீவிர நோய்களைக் குணப்படுத்து வது கடினம்.
- மூளையில் மொழி / நினைவு / ஒளி அமைப்பைப் புரிந்துகொள்ளுதல் / மன உணர்வுகள் / கணிதத் திறமைகள் (கூட்டுதல், கழித்தல் அல்லது முடிவுக்கு வருதல்) போன்ற இரண்டு அல்லது அதற்கு மேற்பட்ட குறைபாடுகளைக் குணமாக்கிவிடலாம்.
- நரம்பியல் ஆய்வுகள் மற்றும் கணிதச் சோதனைகள் மூலமே மற்ற குறைபாடுகளைக் கண்டறிய முடியும்.

நினைவுகளை இழப்பது என்பது மருத்துவ, சமூக மற்றும் பொருளாதாரப் பிரச்னையாகும்.

வயதான மக்களின் எண்ணிக்கை அதிகரிக்கும்போது, பாதிக்கப்பட்டவர்களின் எண்ணிக்கையும் அதிகரிக்கும்.

- நரம்பியல் சோதனை மூலம் நோயின் தன்மையை அறிந்து கொள்ள முடியும்.
- உளவியல் ஆய்வுகள் / உணர்வு சோதனை / கணிதச் செயல்பாடு ஆகியவை இயல்புக்கு மாறாக இருக்கும்.

ஹோமியோபதி சிகிச்சை

இந்த நோயைக் குணப்படுத்த Bell, Agaricus,, Hypericum, Carbo Veg போன்ற ஹோமியோபதி மருந்துகளைப் பயன் படுத்தலாம்.

வளர்ச்சி ஹார்மோன் குறைபாடு

GROWTH HORMONE DEFICIENCY

56

சிலருக்கு, குழந்தையாக இருக்கும்போது உடல் அமைப்புகள் சரியான அளவில் வளராமல் குள்ளமாக இருக்கும் நிலை ஏற்படும். மரபு ரீதியான வளர்ச்சிக் குறைபாட்டில் இருந்து பிட்யூட்டரி வளர்ச்சிக் குறைவு வேறுபட்டது. இதில், உடல் அமைப்புகளில் வேறுபாடுகள் இருக்கும்.

குழந்தைப் பருவத்தில் பிட்யூட்டரி சுரப்பி சரியாகச் செயல்படாவிட்டால், வளர்ச்சிக்கான ஹார்மோன் உற்பத்தி குறைந்து குள்ள மனிதர்களாக மாற வாய்ப்பு உண்டு. இதற்கு பிட்யூட்டரி சுரப்பி இல்லாமல் இருத்தல், பிட்யூட்டரி சுரப்பியில் கட்டி ஏற்படுதல் ஆகிய காரணங்களைக் கூறலாம்.

வளர்ச்சிப் பாதிப்புகள், சிசுவாக இருக்கும்போது ஏற்பட்டு, அது குழந்தைப் பருவம் முழுவதும் நீடிக்கவும் வாய்ப்பு உள்ளது. இந்தப் பிரச்னை இருப்பவர்களுக்கு,

- வளர்ச்சி அட்டவணையில், உயரம் அதிகரிப்பு அளவில் வளர்ச்சியின்மை முதல் குறைந்த அளவு வளர்ச்சியே இருக்கும்.
- வளர்ச்சி ஹார்மோனைத் தவிர மற்ற ஹார்மோனை பிட்யூட்டரி சுரப்பி உற்பத்தி செய்வதைப் பொறுத்து, இளைஞர்களுக்குப் பருவம் ஏற்படும்.

முகம் மற்றும் மூளைப் பகுதியில் உள்ள வளர்ச்சியின்மை யால்கூட பிட்யூட்டரி சுரப்பி செயல்பாடுகளில் மாற்றம் ஏற்படும். குழந்தைகளில் ஒரு குறிப்பிட்ட அளவினர் மேல் உதட்டில் பிளவு, அண்ணப்பிளவு ஆகியவற்றால் வளர்ச்சி ஹார்மோன் உற்பத்தி குறைந்து பாதிப்பு ஏற்படுகிறது.

- உடல் எடை
- உயரம், உடல் அமைப்பு ஆகியவற்றையும் வளர்ச்சி அட்டவணையையும் பார்க்கும்போது, வளர்ச்சியில் உள்ள பாதிப்புகளை அறிந்துகொள்ள முடியும்.
- கை பகுதியில் உள்ள எலும்பை எக்ஸ்-ரே எடுத்துப் பார்ப்பதன் மூலம், வளர்ச்சியின்மையைச் சரியாகக் கண்டறிய முடியும்.
- வளர்ச்சி ஹார்மோன்களின் அளவுகளில் உள்ள மாறுபாட்டால் பிட்யூட்டரி சுரப்பி செயல்படாமல் இருப்பதை உறுதிப்படுத்த முடியும்.

ஹோமியோபதி சிகிச்சை

இந்தப் பிரச்னையைத் தீர்க்க Iodum, Spongia, Calc Carb ஆகிய ஹோமியோபதி மருந்துகளைப் பயன்படுத்தலாம்.

57

உயர் ரத்த அழுத்தம்

HYPER TENSION

பொதுவாக, இதயம் துடிக்கும்போது ரத்தத்தில் ஏற்படும் அழுத்த அளவு 140-க்கு அதிகமாகவும், இதயம் துடிக்காமல் இருக்கும்போது ரத்த அழுத்த அளவு 90-க்கு அதிகமாகவும் இருந்தால், அதை உயர் ரத்த அழுத்தம் என்று சொல்வார்கள். இந்த ரத்த அழுத்தமானது, இதயம் வெளித் தள்ளும் ரத்த அளவு, தமனியின் அளவு மற்றும் நிலை ஆகியவற்றைக் கொண்டு கணக்கிடப்படு கிறது.

- உடலில் உள்ள நீரின் அளவு
- உடலில் உள்ள உப்பின் அளவு
- சிறுநீரகம்
- நரம்பு அமைப்பு மற்றும் ரத்த நாளங்களின் நிலை
- உடலில் உள்ள பல்வேறு வகையான ஹார் மோன்களின் அளவு

ஆகிய காரணிகளால் ரத்த அழுத்தம் மாறுபடும்.

- மலைப்பிராந்தியத்தில் வசிப்பவர்களுக்கு உயர்அழுத்தம் ஏற்படுவதற்கான வாய்ப்புகள் அதிகம் உள்ளன.
- போதிய ரத்த அழுத்தம் இருப்பவர்களுக்குப் பெரிய அளவில் பாதிப்பு ஏற்படாது. இதற்கு மரபுரீதியான காரணங்கள், உப்பு எடுத்துக்

கொள்ளுதல் உள்ளிட்ட சுற்றுச்சூழல் காரணங்கள் ஆகியவை அமைந்துள்ளன.

- உயர்அழுத்தம் உள்ளவர்களில் 95 சதவீதத்தினருக்குப் போதிய உயர் அழுத்தம் உள்ளது.

- அன்றாட வாழ்க்கை நிலையை மாற்றுவதன் மூலம், உயர் ரத்த அழுத்தத்தைக் கட்டுப்படுத்த முடியும். எடை அதிக மாக இருந்தால், இதயத்தில் அதிக அழுத்தம் இருக்கும். எனவே, சிலருக்கு எடையைக் குறைப்பதன் மூலம் பிரச்னைக்குத் தீர்வு காணலாம். மார்புப் பகுதியை திடமாக்குவதற்காக உடற்பயிற்சி செய்யலாம்.

- உணவுப் பழக்கத்தை மாற்றிக்கொள்வதன் மூலம், குறிப் பாக உணவில் சோடியம் அளவைக் குறைப்பது பய னளிக்கும். (உயர் அழுத்தம் இல்லாதவர்களுக்கு சோடியம் எடுத்துக்கொள்வது சிறிது மாற்றத்தை ஏற்படுத்தும், உயர் அழுத்தம் உள்ளவர்களுக்குப் பாதிப்பை ஏற்படுத்தும்).

- உப்பு, மோனோசோடியம் குளூடமேட் (எம்.எஸ்.ஜி.), சோடா உப்பு ஆகியவற்றில் சோடியம் உள்ளது.

அறிகுறிகள்

- உடல்நிலை வரலாறு

- பரிசோதனை முடிவுகள்

ஆகியவற்றைக்கொண்டு நோயின் தன்மையை அறியலாம்.

ஹோமியோபதி சிகிச்சை

இந்த நோயைக் குணப்படுத்த Bell, Baryta Carb, Glonine, Rwalfia போன்ற ஹோமியோபதி மருந்துகளைப் பயன்படுத் தலாம்.

குரல்வளை பாதிப்பு

LARYNGITIS

58

குரல்வளையில் ஏற்படும் பாதிப்புகளால் கர கரப்பான குரல் அல்லது குரல் இழப்பு ஆகியவை ஏற்படலாம். நுரையீரலுக்குக் காற்று செல்லும் பாதையின் மேல் பகுதியில் குரல் வளை அமைந் திருக்கும். இதில், குரல் செதில்கள் அமைந் துள்ளன. இவை பாதிக்கப்படும்போது வீக்கம் அடைகின்றன. இதன் காரண மாக பேச்சு கரகரப்பாக மாறு கிறது. சில நேரங்களில் காற்று செல்வதற்குக்கூட பாதிப்பை ஏற்படுத்தும்.

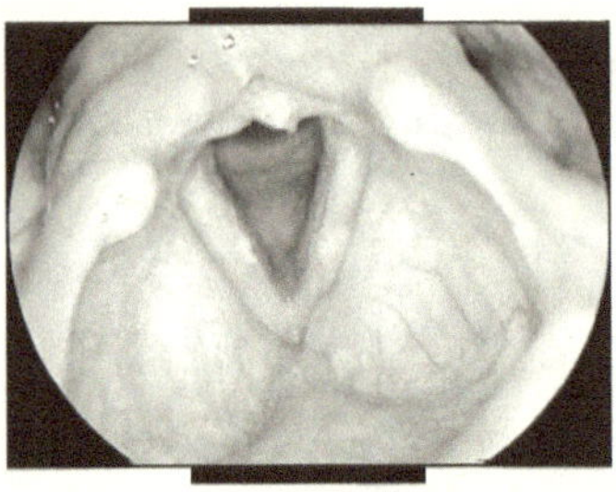

குரல் வளை பாதிப்பில் பொது வாக ஏற்படுவது வைரஸ் தொற்று ஆகும். இதனால் குரல் கரகரப்பாக மாறுகிறது. மேலும்,

- பாக்டீரியா தொற்று அல் லது ஜலதோஷம்
- மார்புச் சளி
- காய்ச்சல்
- நிமோனியா

ஆகியவற்றால் குரல் வளை பாதிக்கப்படுகிறது.

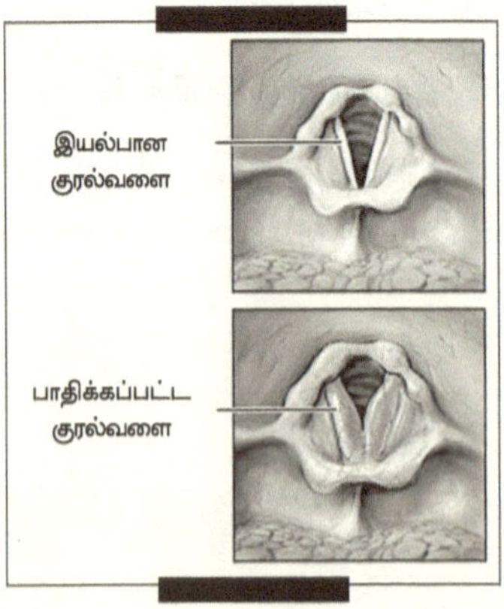

- மேல் மூச்சுப் பகுதி தொற்றுக்குப் பிறகு குரல்வளை பாதிக்கப்படும். பொதுவான குரல்வளைப் பிரச்னைகள், மூச்சுவிடுவதில் சிரமத்தை ஏற்படுத்துவதில்லை.

சில வகையான குரல்வளை பிரச்னைகள், குழந்தைகளுக்குக் கடுமையாக இருக்கும். இது மூச்சுவிடுவதில் பெரிய அளவில் பாதிப்பை ஏற்படுத்தும். இதை குரூப் மற்றும் எபி குளோட்டைடிஸ் என்று சொல்வார்கள்.

குரல்வளை பாதிப்புகளுக்குத் தொண்டையில் வீக்கம், தொண்டை செயலிழப்பு, குரல் மென்சவ்வில் மாற்றம், கட்டி, ஒவ்வாமை, காயம் ஆகியவை காரணமாக அமை கின்றன.

தடுப்பு நடவடிக்கைகள்

ஜலதோஷம் மற்றும் காய்ச்சல் ஏற்படும்போது, மேல் மூச்சுப் பகுதிகளில் தொற்று ஏற்படாமல் தடுக்கலாம்.

கை கழுவுதல் போன்ற சுகாதாரமான செயல்பாடுகளை மேற்கொள்ளலாம். மூச்சுத் தொற்றுப் பாதிப்பு உள்ளவர் களுடன் சேருவதைத் தவிர்த்தல் மற்றும் மக்கள் அதிகம் கூடும் தியேட்டர் போன்ற இடங்களுக்குச் செல்வதைத் தவிர்ப்பதன் மூலம், குரல்வளைப் பிரச்னை ஏற்படாமல் தடுக்கலாம்.

ஹோமியோபதி சிகிச்சை

இந்த நோயைக் குணப்படுத்த Bell, Agaraphis, Cistus Candensis, Phytolaca, Silicea போன்ற ஹோமியோபதி மருந்துகளைப் பயன்படுத்தலாம்.

59

வாய்ப்புண்

STOMATITIS - APTHOUS ULCER

வாய்ப் பகுதியில் புண் அல்லது லேசான பிளவுகள் ஏற்படும். வாய்ப்புண்களில் பலவகை உள்ளன.

- பிளவுப் புண்கள்
- ஜின்ஜிவோஸ்டோமேடிடிஸ்
- லியுகோப்ளாகியா
- வாய்ப் புற்றுநோய்
- வாயில் சிவப்பு நிறத்தில் தோல் தடித்திருத்தல்
- வெள்ளை நிறத்தில் உள்ள புண்

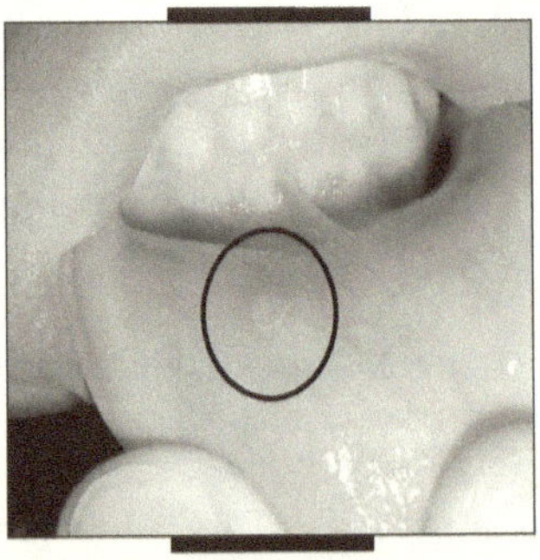

தடுப்பு நடவடிக்கைகள்

- வாய்ப்பகுதியை சுகாதாரமாக வைத்திருப்பதால், சில வகையான வாய்ப்புண்கள் அல்லது பிரச்னைகளைத் தடுக்கலாம். அதாவது, ஒரு நாளைக்கு குறைந்தது இரண்டு முறை பல் துலக்கு வது நல்லது.
- பல் இடுக்குகளை ஒரு நாளைக்கு ஒருமுறையாவது சுத்தம் செய்ய வேண்டும்.

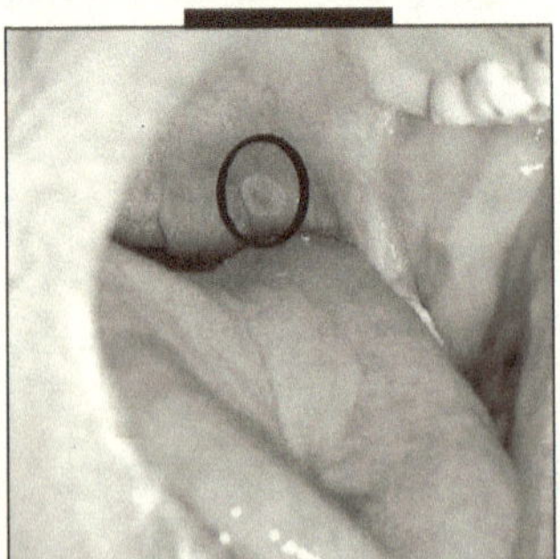

அடிக்கடி பல் மருத்துவரிடம் பரிசோதனை செய்வதன் மூலம், வாய்ப்புண் ஏற்படுவதைத் தவிர்க்கலாம்.

ஹோமியோபதி சிகிச்சை

இந்த நோயைக் குணப்படுத்த Ars Alb, Borax, Nit Acid, Hydrastis போன்ற ஹோமியோபதி மருந்துகளைப் பயன் படுத்தலாம்.

60

நகப் பிரச்னை

NAIL DISORDERS

பொதுவாக, நகப் பகுதியில் கிருமிகள் தாக்கும். உடலில் பாக்டீரியா கிருமிகள் உள்பட பல்வேறு வகையான நுண்உயிரினங்கள் உள்ளன. இவற்றில் சில உடலுக்கு நன்மை பயக்கக்கூடியவை. மற்றவை உடலில் பல்கிப் பெருகி தொற்றாக மாறிவிடுகின்றன. கிருமித் தொற்றுகள், நுண் தாவரமான காளானால் உருவாகின்றன. இவை, தோல் பகுதியில் வளரக்கூடியவை. இறந்த முடி திசுக்கள், நகம், தோலின் வெளிப்பகுதி ஆகியவற்றில்கூட இவை வாழும்.

இந்தத் தொற்றுகள் டெர்மடோபைட்ஸ் (டினியா), ஈஸ்ட் என்று அழைக்கப்படுகின்றன. தடகள வீரரின் கால், மோதிர விரல்களில் டெர்மடோபைட்ஸ் வளரும். டயாப்பர் ராஷ், ஓரல் திரஷ், கியூடேனியஸ் கேண்டிடியாசிஸ், சில வகையான புண்கள் ஆகியவற்றில் ஈஸ்ட் வளரும்.

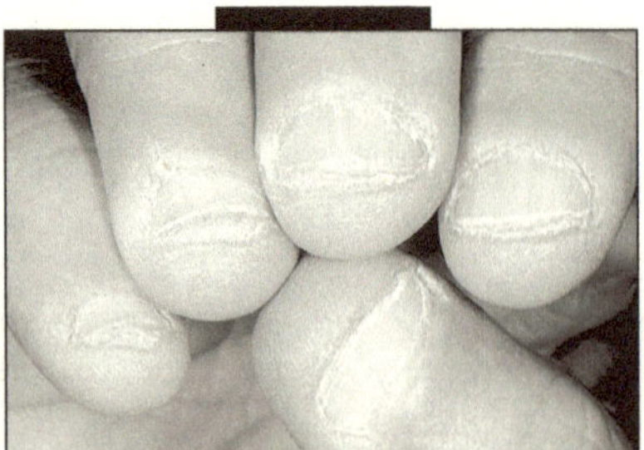

நகத் தொற்று இளம் வயதினருக்குப் பெரும்பாலும் ஏற்படும். பொதுவாக, கால் அல்லது கையில் தொற்று ஏற்பட்ட பிறகு நகத்துக்குப் பரவும். தொற்று ஏற்பட்ட நகத்துக்கு சிகிச்சை அளிப்பது சிரமமானது. மீண்டும் தொற்று ஏற்படும் அபாயம் உள்ளது.

கைநகங்களைவிட கால் நகங்கள் அதிக அளவில் பாதிக்கப் படுகின்றன.

- பொது நீச்சல் குளம், உடற்பயிற்சிக் கூடம் அல்லது குளியல் அறையைப் பயன்படுத்துவோருக்கு டினியா வகை தொற்றுகள் பரவும்.
- ஏனெனில், இந்தக் கிருமி வெப்பமான மற்றும் ஈரமான பகுதிகளில் பரவும்.
- சேதமடைந்த காலணி, தோலில் நீண்ட நேரம் ஈரமாக இருத்தல், தோல் அல்லது நகத்தில் லேசான காயம் ஆகியவற்றால் தொற்று எளிதில் அதிகரிக்கும்.
- இந்த தொற்றுகள் பரவக் கூடியது.

தடுப்பு நடவடிக்கை

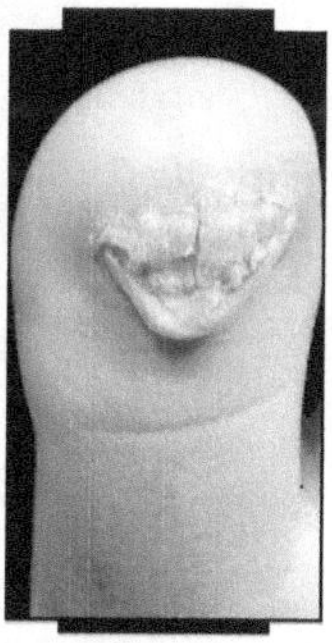

- உடலை ஆரோக்கியமாகவும், சுகாதாரமாகவும் வைத்திருப்பதன் மூலம், கிருமித் தொற்றுகளைத் தடுக்கலாம்.
- தோலை சுத்தமாகவும், உலர்வான நிலையிலும் வைத்திருக்க வேண்டும்.
- நகத்தின் மீது சரியான கவனம் செலுத்த வேண்டும்.
- ஏதாவது தொற்றுகள் இருக்கும் பகுதிக்குச் சென்றிருந்தால், கையை உடனடியாகக் கழுவி துடைத்து விட வேண்டும்.

பரிசோதனை

- நகத்தின் தன்மையைப் பார்க்கும்போதே உண்மை நிலையை கண்டறிய முடியும். நகத்தை உடைத்து, மைக்ரோஸ்கோப்பில் வைத்து சோதனை செய்யும்போது, நுண்கிருமிகளை அறிந்துகொள்ளலாம். மேலும், அது எந்தவகையான கிருமி என்பதையும் உறுதிப்படுத்தலாம்.

ஹோமியோபதி சிகிச்சை

இந்த நோயைக் குணப்படுத்த Hypericum , Anti Crud, Gels, Silica, Thuja, Graph போன்ற ஹோமியோபதி மருந்துகளைப் பயன்படுத்தலாம்.

வாயில் வெள்ளைப்புண்

ORAL THRUSH

61

கான்டிடா அல்பிகன்ஸ் என்ற கிருமித் தொற்று காரணமாக வாய்ப்பகுதியில் வெள்ளை நிறத்தில் புண் ஏற்படுகிறது. பொதுவாக, வாய்ப் பகுதியில் ஏராளமான நுண்ணுயிர்கள் உள்ளன. இவற்றில் ஒன்றுதான், கான்டிடா அல்பிகன்ஸ். இயல்பான பாக்டீரியாக்கள் இருந்தாலே, கான்டிடா தொற்றின் வளர்ச்சி கட்டுப்படுத்தப்படும்.

கட்டுப்படுத்த முடியாத அளவுக்கு வாய்ப்பகுதியில் கான்டிடா கிருமி வளர்ந்தால், இயற்கையான நோய் எதிர்ப்புச் சக்தி குறைந்துவிடும். இதனால், உடல் பலவீனம் ஏற்படும். இதற்காக, கார்டிகோஸ்டீராய்டுகள் அல்லது மருந்துகளை நீண்ட காலத்துக்குப் பயன்படுத்தும்போது, நோய் எதிர்ப்புச் சக்தி அமைப்பு பாதிக்கப்படும். நோய் எதிர்ப்புச் சக்தி குறைபாடுகளால், எய்ட்ஸ் போன்ற நோய்கள் தாக்கும்.

வாய்ப்பகுதியில் இயற்கையான நுண்ணுயிர்களின் சமநிலைத் தன்மை குறையும்போதும் வெள்ளை நிறப் புண் ஏற்படும். கிருமி நாசினிகளைப் பயன்படுத்துவதால் இந்த நிலை உருவாகும். மேலும், கட்டுப்படுத்த முடியாத நீரிழிவு, கர்ப்பத்தால் ஏற்படும் ஹார்மோன் மாற்றங்கள் அல்லது குழந்தைப் பிறப்பைக் கட்டுப்படுத்தும் மாத்திரைகளை எடுத்துக்கொள்ளுதல் ஆகியவற்றாலும் நுண்ணுயிர் அமைப்பில் மாற்றம் ஏற்படும்.

வாய் வெள்ளைப்புண் சிறு குழந்தைகள், சிசுக்கள் ஆகிய வற்றுக்கு அதிக அளவில் ஏற்படும். வயதானவர்களுக்கு நோய் காரணமாக அல்லது மருத்துவச் சிகிச்சையால் நோய் எதிர்ப்புச் சக்தி அமைப்பு பாதிக்கப்படும்போது ஏற்படும். நீண்டகாலத்துக்கு கிருமி நாசினிகளைப் பயன்படுத்துதல், கார்டிகோஸ்டீராய்ட்ஸ், புற்றுநோய் தடுப்பு மருந்துகளைப் பயன்படுத்துவதால் நோய் தாக்குவதற்கான வாய்ப்பு அதிக மாகும். வாய் உலர்ந்து காணப்படுவதாலும் வெண்மைப் புண் உருவாகும்.

தடுப்பு நடவடிக்கை

- வாய் வெண்மைப்புண் அடிக்கடி ஏற்படுபவர்கள் அல்லது நோய் ஏற்படுவதற்கான வாய்ப்பு அதிகம் உள்ளவர்கள், தடுப்பு மருந்துகளை எடுத்துக்கொள்ளலாம்.
- வாய்ப்பகுதியை சுகாதாரமாக வைத்திருக்கவேண்டியது அவசியம். மவுத்வாஷ், மவுத் ஸ்பிரேக்களை அதிக அள வில் பயன்படுத்துவதைத் தவிர்க்க வேண்டும். இல்லா விட்டால், நுண்ணுயிர் அமைப்பு பாதிக்கப்படும்.

ஹோமியோபதி சிகிச்சை

இந்த நோயைக் குணப்படுத்த Borax, Merc Sol, Kali Mur, Nit Acid போன்ற ஹோமியோபதி மருந்துகளைப் பயன்படுத் தலாம்.

62

விரை பாதிப்பு

ORCHITIS

ஆண்களின் ஒன்று அல்லது இரண்டு விரைகளி லும் ஏற்படும் பாதிப்பு, பாலியல் தொடர்பு மூலம் பரவும் நோயாகக் கருதப்படுகிறது. கொனோரியா அல்லது கிளாமிடியாவை ஏற்படுத்தும் கிருமி பரவுவதால் விரை வீக்கம் ஏற்படுகிறது.

மேலும், விரைவீக்கத்துக்குப் பல்வேறு வகையான பாக்டீரியா மற்றும் வைரஸ் நுண்கிருமிகள் காரண மாக இருக்க வாய்ப்பு உண்டு. இதில் குறிப்பிடத் தக்க வைரஸ், மம்ப்ஸ். விரைப்பை நிரம்பியதும், விந்துவை வெளியேற்றும் முயற்சியில் ஈடுபடும் ஆண்களில் 15 முதல் 25 சதவீதத்தினருக்கு விரை வீக்கம் ஏற்படுவதாகக் கண்டறியப்பட்டுள்ளது. இவர்களில் 2 முதல் 20 சதவீதத்தினருக்கு, புரு செல்லோசிஸ் என்ற அரிய நோய் தாக்கும்.

விரைப்பகுதியில் தொற்றுகள் ஏற்படுவதாலும் விரைவீக்கம் ஏற்படலாம். இந்த மாதிரியான சூழ் நிலையில், பாலியல் ரீதியாகப் பரவும் கொனேரியா அல்லது கிளாமிடியா நோய்களும் ஏற்படும். 15 முதல் 25 வயதுவரை உள்ள இளைஞர்களுக்குப் பாலியல் ரீதியாக விரைவீக்கம் ஏற்படும் வாய்ப்பு கள் அதிகமாக உள்ளன.

பாலியல் ரீதியாக இல்லாமல் விரைவீக்கம் ஏற்படுவதற்கான காரணங்கள்

- தாளம்மையைக் கட்டுப்படுத்துவதற்குப் போதுமான நோய் எதிர்ப்புச் சக்தி இல்லாமை

- வயது அதிகரித்தல் (45 வயதுக்கு மேல் இருத்தல்)

பாலியல் ரீதியாகப் பரவும் விரைவீக்கத்துக்குக் காரணங்கள்

- பல்வேறு நபர்களுடன் ஒழுக்கமற்ற பாலியல் உறவு வைத்துக்கொள்வதால் ஆபத்து அதிகரிக்கிறது.

- பாலியல் உறவு வைத்துக்கொள்பவர் / ஏற்கெனவே பாலியல் ரீதியாகப் பரவும் நோய்களால் பாதிக்கப் பட்டிருப்பவராக இருத்தல் / கொனேரியா அல்லது பாலியல் ரீதியாகப் பரவும் நோய்கள் ஏற்கெனவே ஏற் பட்டிருத்தல்.

தடுப்பு நடவடிக்கை

- தாளம்மையைக் கட்டுப்படுத்துவதற்கான தடுப்பு ஊசி களைப் போட்டுக்கொள்வதால் தாளம்மை தொடர்பான விரைவீக்கத்தைக் கட்டுப்படுத்தலாம்.

- சிறந்த பாலியல் செயல்பாடுகள். அதாவது, ஒருவருடன் மட்டுமே பாலியல் உறவு வைத்திருத்தல் மற்றும் ஆணுறைகளைப் பயன்படுத்துவதால், பாலியல் தொடர் பான நோய்கள் மற்றும் விரைவீக்கம் பரவுவது தடுக்கப் படும்.

ஹோமியோபதி சிகிச்சை

இந்த நோயைக் குணப்படுத்த Bell, Puls, Rhod, Spongia போன்ற ஹோமியோபதி மருந்துகளைப் பயன்படுத்தலாம்.

63

எலும்பு மெலிதல்

OSTEOPOROSIS

உடலில் உள்ள எலும்புகளின் வளர்ச்சி அளவு குறைதல் மற்றும் எலும்புத் திசுக்களின் எண்ணிக்கை குறைவதால் இந்த நோய் ஏற்படு கிறது. புதிய எலும்புகள் உருவாகாமல் இருப்பது அல்லது வயதான எலும்புகளை உடல் அதிக அளவில் பயன்படுத்திக்கொள்வது அல்லது இந்த இரண்டு காரணங்களாலும் இந்த நோய் உருவா கிறது.

இயல்பாக, எலும்பு உருவாவதற்கு கால்சியம் மற்றும் பாஸ்பேட் ஆகிய இரண்டு தாதுக்கள் தேவைப்படுகின்றன. இளமைப் பருவம் முழு வதும், இந்த தாதுக்களைப் பயன்படுத்தி எலும்பு களை உடல் வளர்க்கிறது. போதிய அளவில் கால்சியம் கிடைக்காமை அல்லது உணவுப் பொருள்களில் இருந்து போதிய அளவில் கால்சியத்தை உடல் எடுத்துக்கொள்ளாமை ஆகிய காரணங்களால், எலும்பு உற்பத்தி மற்றும் திசுக்களின் வளர்ச்சி பாதிக்கப்படுகிறது.

எலும்புகளில் உள்ள கால்சியம் மற்றும் பாஸ் பேட்களை உடல் மீண்டும் எடுத்துக்கொள்வ தால், எலும்புத் திசுக்கள் பலவீனமடைகின்றன. இந்த இரண்டு காரணங்களாலும் மோசமான சூழல் ஏற்பட்டு எலும்பு முறிவு உருவாகும்.

பொதுவாக, குறிப்பிட்ட ஆண்டுகளில் எலும்பு பல வீனம் அடையும். பெரும்பாலான நேரங்களில்,

நோய் இருப்பது தெரிவதற்கு முன்பே எலும்பு முறிவு ஏற்படும். இது உருவாகும்போது, நோயின் தன்மை தீவிரமடைந் திருக்கும், இழப்புகளும் ஏற்கெனவே ஏற்பட்டிருக்கும். எலும்பு மெலிதலுக்குப் பல்வேறு காரணங்கள் உள்ளன. எனினும்,

- ஹார்மோன் குறைபாடுகள் (ஆண்களுக்கு என்ட்ரோ ஜென், பெண்களுக்கு ஈஸ்ட்ரோஜென்) முக்கியமான காரணமாக உள்ளன.
- பெண்கள், குறிப்பாக 60 வயதுக்கு மேற்பட்டவர்களுக்கு, இந்த நோயின் பாதிப்பு அதிகமாக இருக்கும்.
- கருப்பை செயல்படாமல் இருத்தல், மாதவிலக்கு நிற்கும் காலத்தில் ஈஸ்ட்ரோஜன் உற்பத்தி குறைவது ஆகிய காரணங்களால் பாதிப்பு அதிகரிக்கிறது.
- மற்ற காரணங்களாக, கார்டிகோஸ்டீராய்டு அதிகமாக இருத்தல், மிகை மற்றும் குறை தைராய்டிசம், பயன் படுத்த முடியாமை, எலும்பு குறைபாடுகள், பல்வேறு பாரம்பரிய நோய்கள் மற்றும் உணவில் குறைவான கால்சியம் இருத்தல் ஆகியவற்றைக் குறிப்பிடலாம்.

தடுப்பு நடவடிக்கைகள்

- எலும்பு உருவாவதற்கும், பராமரிப்பதற்கும் வாழ்க்கை முழுவதும் கால்சியம் தேவைப்படுகிறது.
- உணவுப் பொருள்களில் இருந்து கால்சியத்தை ஈர்ப்பதற்கு வைட்டமின்-டி அவசியமாகிறது.
- அமெரிக்காவின் உணவு மற்றும் மருந்து அமைப்பின் பரிந்துரைப்படி, கால்சியம், பாஸ்பரஸ், வைட்டமின்-டி ஆகியவை அடங்கிய சுகாதாரமான உணவை தொடர்ந்து எடுத்துக்கொள்ள வேண்டும்.
- தினமும் உடற்பயிற்சி செய்தால், எலும்பு முறிவு ஏற்படுவதைக் குறைக்கலாம்.
- தசைப் பகுதிகளுக்கான உடற்பயிற்சி செய்வதன்மூலம், எலும்புகள் பலத்துடனும், ஆரோக்கியத்துடனும் இருக்கும் என்று ஆய்வுகள் தெரிவிக்கின்றன.

- மாதவிலக்கு நின்றுவிட்ட பெண்கள், குறிப்பாக எலும்பு அளவு குறைவாக இருப்பவர்கள், ஈஸ்ட்ரோஜென் மாற்று ஊக்குவிப்பு சிகிச்சையை மேற்கொள்ளலாம். இதன் மூலம், சிலருக்கு எலும்பு இழப்பு அல்லது உடைவது தடுக்கப்படும். இதை மருத்துவ ஆலோசனை மூலம் பயன்படுத்திக்கொள்ள வேண்டும்.

மாதவிலக்கு நின்றுவிட்ட பெண்கள், எலும்பு அளவு குறித்து தொடர்ந்து பரிசோதனைகளை மேற்கொள்வது சிறந்தது. எனினும், இதை வழிமுறையாக இன்னும் அங்கீகரிக்கப்பட வில்லை. ஆரம்பத்திலேயே கண்டுபிடித்து சிகிச்சை அளிப்ப தன் மூலம், எலும்பு முறிவு அல்லது அதுதொடர்பான பாதிப்புகளைக் கட்டுப்படுத்தலாம்.

ஹோமியோபதி சிகிச்சை

இந்த நோயைக் குணப்படுத்த Bell, Cal flur, Calc Phos, Puls போன்ற ஹோமியோபதி மருந்துகளைப் பயன்படுத்தலாம்.

உடல் தளர்ச்சி நோய் (பார்க்கின்சன்)

PARKINSONS DISEASE

64

மூளையில் ஏற்படும் பாதிப்பால், நடப்பது, நகர்வது, ஒருங்கிணைந்து செயல்படுவது ஆகியவற்றில் சிரமமாக இருக்கும். தசையின் செயல்பாடுகளைக் கட்டுப்படுத்தும் மூளைப் பகுதியில் ஏற்படும் சேதம் காரணமாகவே இந்த நோய் ஏற்படுகிறது. இந்த நோயை, 1817-ம் ஆண்டு இங்கிலாந்தைச் சேர்ந்த ஜேம்ஸ் பார்க்கின்சன் என்பவர் கண்டறிந்தார்.

ஆயிரம் பேரில் இருவருக்கு இந்த நோயின் தாக்கம் இருக்கும். குறிப்பாக, 50 வயதுக்கு மேற்பட்டவர்களுக்கு ஏற்படும். இருபாலாரையும் தாக்கும் இந்த நோய், வயதானவர்களுக்கு மிக முக்கியமான நரம்பு பாதிப்பு நோயாகும். பார்க்கின்சன் நோய், வேறு பாதிப்புகளாலும் ஏற்படலாம்.

தசை அசைவுகளைக் கட்டுப்படுத்தும் மூளைப் பகுதியின் நரம்பு செல்களின் வளர்ச்சியில் ஏற்படும் பாதிப்புகளே உடல் தளர்ச்சி நோய். மூளை செல்கள் பாதிக்கப்படுவதற்கான சரியான காரணம் இதுவரை கண்டறியப்படவில்லை. எந்த அளவு செயல்பாடு பாதிப்பு என்பதைப் பொறுத்து உடலின் ஒரு பகுதி அல்லது இரண்டு பகுதிகளிலும் பாதிப்பு இருக்கும்.

தசை கட்டுப்பாட்டை இழப்பதோடு, உடல் தளர்ச்சி நோயால் பாதிக்கப்பட்டவர்களில் ஒரு

சிலர் கடுமையான அழுத்தத்துக்கு உள்ளாவார்கள். பொது வாக, இந்த நோய் தாக்கியவர்கள் அனைவருக்கும், ஆரம்ப கட்டமாக மனத் திறன் இழப்பு ஏற்படும். நோய்த் தாக்கம் கடுமையாக இருப்பவர்கள், ஒட்டுமொத்தமாக மனநிலை பாதிப்படைவர் (மறதி போன்றவை ஏற்படும்). சிகிச்சைக் காக சில மருந்துகளைப் பயன்படுத்துவதால், அதன் பக்க விளைவாக மறதி ஏற்பட வாய்ப்பு உண்டு. குழந்தைகளுக்கு உடல் தளர்ச்சி நோய் ஏற்படுவது அரிது.

ஹோமியோபதி சிகிச்சை

இந்த நோயைக் குணப்படுத்த Bell, Agaricus, Hypericum, Carbo Veg போன்ற ஹோமியோபதி மருந்துகளை பயன் படுத்தலாம்.

65

ஹிர்சுடிசம்

HIRSUTISM

பெண்களுக்கு (மற்றும் குழந்தைகளுக்கு) உடலில் தேவையில்லாமல் அதிக அளவில் முடி வளர்வதை ஹிர்சுடிசம் என்று சொல்வார்கள்.

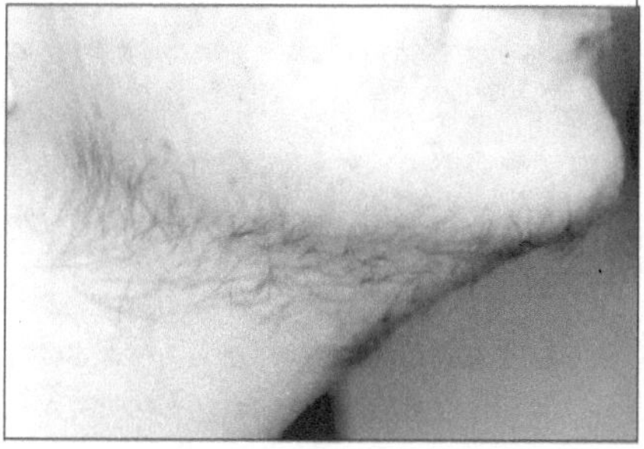

- மாதவிலக்கு நின்று போதல்
- அட்ரினல் சுரப்பி அதிக அளவில் செயல்படுதல்
- சில மருந்துகள் (டெஸ்டோஸ்டீரான் மற்றும் மினோக்ஜிடில் போன்றவை)
- கருப்பை கட்டி அல்லது புற்றுநோய்
- கருத்தரித்தல்
- மூப்பு அடைதல்
- அனோவலேட்டரியில் ரத்தம் கசிதல்
- இரைப்பை நோய்
- கருப்பையில் ஆன்ட்ரோஜென் உற்பத்தி அதிகரிப்பு
- பாலிசிஸ்டிக் ஓவரி சின்ட்ரோம்
- அமினோகுலுடேதிமைடு, சிக்லோஸ்போரைன் போன்ற மருந்துகளைப் பயன்படுத்து

வது, ஆன்ட்ரோஜென் அல்லது புரொஜெஸ்டீரான் மருந்துகளைப் பயன்படுத்துவது

- குலுகோகார்ட்டிகாய்டு, மெட்டோகுளோபிரமைடு மற்றும் மைனோக்சிடில்

ஆகியவை இதற்கு முக்கியக் காரணங்கள்.

குறிப்பு: இந்தப் பட்டியலில் அனைத்துக் காரணங்களும் குறிப்பிடப்படவில்லை. வாழ்க்கைச் சூழலில் சில காரணங்கள் தெரிவதில்லை.

தடுப்பு நடவடிக்கைகள்

- தேவைப்பட்டால், அலங்கார சிகிச்சை செய்துகொள்ளலாம்.
- நோயாளிகளின் கோரிக்கைக்கு ஏற்ப, கூடுதல் முடியை வெட்டி எடுத்தல், வெப்ப ஊடு சிகிச்சை, ரசாயன முறையில் அகற்றுதல், ஷேவ் செய்தல் அல்லது எலெக்ட்ரோலைசிஸ் முறையில் அகற்ற மருத்துவர்கள் பரிந்துரை செய்வர்.
- மாதவிலக்கு நின்ற பெண்கள், தங்களது மருத்துவரிடம் ஈஸ்ட்ரோஜென் மறுஊக்குவிப்பு சிகிச்சையைப் பெறுவது குறித்து ஆலோசிக்கலாம்.
- கர்ப்பப் பை கட்டி இருப்பவர்கள், அதை அகற்றுவது அல்லது வேறு சிகிச்சைகளைச் செய்வது குறித்து தங்களது மருத்துவரிடம் கருத்துகளைக் கேட்கலாம்.

மருந்துகளை மாற்றுதல் அல்லது நிறுத்திக்கொள்வது குறித்து மருத்துவரிடம் ஆலோசனை பெற்ற பிறகே முடிவுசெய்ய வேண்டும். மருத்துவரிடம் ஆலோசனை பெறாமல் மருந்துகளை மாற்றி எடுத்துக்கொள்ளக் கூடாது.

ஆன்ட்ரோஜன் அளவு அதிகரிப்பால், முடி வளர்வது அதிகரித்தால், குறைந்த டோஸ்களைக் கொண்ட டெக்ஸாமீத்தாசோன், கருத்தரிப்பதை நிறுத்திக்கொள்ளுதல் அல்லது ஆன்ட்ரோஜன் எதிர்ப்பு மருந்துகளைப் பயன்படுத்தலாம்.

எக்டோக்ரைன் குறைபாடுகள் இருந்தால் அதற்கு சிகிச்சை பெறுவதன் மூலம் அதிக அளவில் முடி வளர்வதைத் தடுக்க முடியும்.

பரிசோதனை

- நோயாளியின் மருத்துவ வரலாறு மற்றும் முடி வளர்ந்த பகுதிகளைப் பார்ப்பதன் மூலம் நோயின் தன்மையை அறிய முடியும்.
- மருத்துவ வரலாற்றில், நோயாளியின் இனம் மற்றும் பிறந்த இடம்? குடும்பத்தில் உள்ள மற்ற பெண்களுக்குக் கூடுதலாக முடி வளர்ச்சி இருந்ததா? என்ன மருந்துகளை எடுத்துக்கொள்கிறார்? கர்ப்பமாக இருக்கிறாரா? வேறு என்ன அறிகுறிகள் தோன்றுகின்றன? தசை அளவு அதிகரித்துள்ளதா, மார்பகங்களின் அளவு மாறியுள்ளதா? மாதவிலக்கின் தன்மை, வயிற்று வலி, இடுப்பு வலி ஆகியவை குறித்து கேள்வி எழுப்பப்படும்.
- இவற்றுக்கு, நோயாளியின் பதில்களைப்பொறுத்து நோய்க்கான காரணியைக் கண்டறிய முடியும்.

ஹோமியோபதி சிகிச்சை

இந்த நோயைக் குணப்படுத்த Puls, Oleu Jac, Sabina போன்ற ஹோமியோபதி மருந்துகளைப் பயன்படுத்தலாம்.

இந்தப் புத்தகத்தில் விவரிக்கப்பட்டுள்ள அனைத்தும், எனது நேரடி அனுபவத்தில் சந்தித்த நோயாளிகள், அவர்களின் உடல் தன்மை மற்றும் நான் கொடுத்த ஹோமியோபதி மருந்துகளால் ஏற்பட்ட தீர்வுகளின் தொகுப்பு. நான் குறிப்பிட்டுள்ள ஹோமியோபதி மருந்துகள் தவிர, அனுபவம்மிக்க மூத்த மருத்துவர்கள், பிரச்னைகள் மற்றும் நோய்களுக்கு வேறுவகை ஹோமியோபதி மருந்துகளைக் கொடுத்து நிரந்தரத் தீர்வு கொடுக்கலாம்.

எப்படி இருந்தாலும், எந்தப் பிரச்னையாக இருந்தாலும், அங்கீகாரமும் அனுபவமும் உள்ள தகுதியான மருத்துவர்களிடம் நேரடியாகச் சென்று, பிரச்னைகளைச் சொல்லி, அவர்கள் குறிப்பிடும் அல்லது தரும் மருந்துகளை மட்டுமே சாப்பிட வேண்டும். அப்போதுதான், பின்/பக்கவிளைவுகள் எதுவும் இல்லாமல், உங்களுக்கு முழுமையான நிவாரணம் கிடைக்கும்.

விஜய் ஹோமியோ கிளினிக்,
தர்மா டவர்ஸ்,
புதிய எண். 88, நெல்சன் மாணிக்கம் சாலை,
(நுங்கம்பாக்கம் ரயில் நிலையம் அருகில்),
சென்னை - 600 094.
மொபைல்: 94441 08041